ஆபிரஹாம் லிங்கன்
அடிமைகளின் சூரியன்

பாலு சத்யா

இயற்பெயர் கே. பாலசுப்ரமணியன். கடந்த பத்து வருடங்களாகப் பத்திரிகைகளில் எழுதி வருபவர். இவரது 'கறுப்பு வெள்ளை' என்ற மார்ட்டின் லூதர் கிங்கின் வாழ்க்கை வரலாறு நூல் பரவலான வாசிப்பைப் பெற்றது. மூன்று சிறுகதைத் தொகுப்பு களும் ஒரு மொழிபெயர்ப்பு நூலும் வெளிவந்துள்ளன. சிறுகதைகளுக்காகப் பல பரிசுகள் பெற்றவர்.

ஆபிரஹாம் லிங்கன்

அடிமைகளின் சூரியன்

பாலு சத்யா

கிழக்கு

ஆபிரஹாம் லிங்கன்
Abraham Lincoln
Balu Sathya ©
First Edition: July 2007
168 Pages, Price Rs. 80
Printed in India.

ISBN 978-81-8368-417-0

Kizhakku - 250
Kizhakku, An imprint of
New Horizon Media Pvt. Ltd.,
No.33/15, Eldams Road,
Alwarpet, Chennai - 600 018.
Phone : 044 - 42009601/03/04
Fax : 044 - 43009701

Email : support@nhm.in
Website : www.nhm.in

Publisher
Badri Seshadri
Chief Editor
Pa. Raghavan
Editor
Marudhan
Sr. Asst. Editors
Mugil
Sa.Na. Kannan
R. Muthukumar
Balu Sathya
Chief Designer
T. Kumaran
Designers
S. Kathiravan
Muthu Ganesan
E. Anandan

All rights relating to this work rest with the copyright holder. Except for reviews and quotations, use or republication of any part of this work is prohibited under the copyright act, without the prior written permission of the publisher of this book.

Author's Email : balusathyak@gmail.com
Cover Image Courtesy: Wikimedia

PRODN / 05 / 06-09

அன்புடன்

ராஜி அக்காவுக்கும்
பிரேமா அக்காவுக்கும்.

உள்ளே

	ஓரங்க நாடகம்	—	9
1.	புது அம்மா	—	15
2.	அடிமைகளின் கதை	—	34
3.	பிளாக் ஹாவ்க் யுத்தம்	—	47
4.	தேங்காய்மூடி வக்கீல்	—	65
5.	துரோகிப் பட்டம்	—	83
6.	நடக்கமுடியாத லிங்கன்	—	93
7.	நான்குமுனைப் போட்டி	—	103
8.	இளைய நெப்போலியன்	—	109
9.	லிங்கனின் சொத்து மதிப்பு	—	126
	ஓரங்க நாடகத்தின் விடுபட்ட காட்சிகள்	—	151
	பின்னிணைப்புகள்	—	161

ஓரங்க நாடகம்

1865, *ஏப்ரல் 14.* அமெரிக்கா, வாஷிங்டன்.

காலை 9.00 மணி

ஜான் வில்கிஸ் பூத் (John Wilkes Booth) தன் மனைவி லூஸி ஹேலிடம் (Lucy Hale) சொல்லிக்கொண்டு வீட்டைவிட்டு வெளியே வந்தான். புக்கர் அண்ட் ஸ்டூவர்ட் என்ற சலூனுக்குப் போனான். அங்கிருந்த சார்லஸ் வுட் என்பவரிடம் முடிவெட்டிக் கொண்டான். அங்கிருந்து கிளம்பி, சூரட் போர்டிங் ஹவுஸ் (Surratt Boarding House) என்ற விடுதி உரிமையாளர் மேரி சூரட் (Mary Surratt) என்பவரைப் பார்த்துப் பேசினான். பிறகு, நேஷனல் ஹோட்டலுக்கு வந்து, அவன் தங்கியிருந்த 228-ம் அறைக்குப் போனான். அந்த ஹோட்டலில் இருந்தவர்கள் அத்தனை பேரும் மரியாதையாக அவனைப் பார்த்தார்கள். ஏனென்றால், அமெரிக்காவில் புகழ் பெற்ற நாடக நடிகர்களில் பூத்தும் ஒருவன்.

காலை 11.00 மணி

நேஷனல் ஓட்டலிலிருந்து வெளியே வந்தான் பூத். இப்போது வேறு ஆடைகளை அணிந்திருந்தான். தலையில் கொஞ்சம் பெரிய சைஸ் தொப்பி. கைகளில் குளிருக்கு இதமாக கிளவுஸ். புது கோட்.

நேராக ஃபோர்டு தியேட்டருக்குப் போனான். ஃபோர்டு தியேட்டரில் அன்று மாலை நடக்க இருந்த 'அவர் அமெரிக்கன் கஸின்' (Our American Cousin) என்ற நாடகத்தைப் பார்ப்பதற்கு ஜனாதிபதி ஆபிரஹாம் லிங்கன் வருவதாகத் தகவல் கிடைத்தது. பூத், தியேட்டருக்குள்ளேயே அங்குமிங்குமாக, கொஞ்ச நேரம் அலைந்துகொண்டிருந்தான். அன்றைக்கு நடக்க இருந்த நாடகத்தின் ஒவ்வொரு வரியும் அவனுக்குத் தெரியும். இரவு சரியாக 10.15-க்கு அரங்கமே சிரிப்பால் அதிரப்போகிறது. அந்தக் கணத்தில் ஹாரி ஹாவ்க் (Harry Hawk) என்ற நடிகர் மட்டுமே மேடையில் இருப்பார். இதைவிடச் சரியான தருணம் கிடைக்காது. பூத் தன்னைத் தயார்ப்படுத்திக் கொண்டான்.

பகல் 12.00 மணி

ஜேம்ஸ் பம்ப்ரே (James W. Pumphrey) என்பவர் நடத்தும் கடைக்குப் போனான். வேகமாக ஓடுகிற ஒரு குதிரையை வாடகைக்கு வாங்கினான். அன்று மாலை நான்கு மணிக்கு வந்து குதிரையை எடுத்துக்கொண்டு போவதாகச் சொல்லிவிட்டு, நேஷனல் ஹோட்டலுக்குத் திரும்பினான்.

பிற்பகல் 2.00 மணி

அவனுடைய நண்பன் லூயி பைனே (Lewis Paine) தங்கியிருக்கும் ஹெர்ன்டன் ஹவுஸுக்கு நடந்தே போனான். அன்றைக்கு இரவு செய்யப்போகிற காரியங்களைப் பற்றிப் பேசினான். உள்துறைச் செயலாளரான வில்லியம் சீவர்டை (William Seward), பைனே கொல்லவேண்டும் என்பது பூத்தின் திட்டம். பைனே, ஹெர்ன்டன் ஹோட்டலை காலி செய்வதற்கு இதுதான் சரியான சமயம் என்று சொன்னான் பூத். சரியாக 2.30 மணிக்கு சூரட் போர்டிங் ஹவுஸுக்கு வந்தான். மேரி சூரட்டிடம் ஒரு பார்சலைக் கொடுத்தான். அந்தப் பார்சலில் கண்ணாடி கிளாஸ்கள் இருந்தன. அவற்றை, சூரட்ஸ்வில்லியில் இருக்கும் மேரியின் மதுக்கடைக்குக் கொண்டுபோகச் சொன்னான் பூத்.

பிற்பகல் 3.00 மணி

பூத், அவனுடைய கூட்டாளியான ஜார்ஜ் அட்ஸெரோட்டுடன் (George Atzerodt) பேசுவதற்காக, கிர்க்வுட் ஹவுஸுக்குப் (Kirkwood House) போனான். கிர்க்வுட் ஹவுஸில் வசித்து வந்த அமெரிக்கத் துணை ஜனாதிபதி ஆண்ட்ரூ ஜான்சனை, அட்ஸெரோட் கொல்ல

வேண்டும் என்பது பூத்தின் திட்டம். அட்ஸெரோட் அங்கு இல்லை.

மாலை 4.00 மணி

பம்ப்ரேயின் கடைக்குப் போய், வாடகைக்கு எடுத்திருந்த குதிரையை எடுத்துக் கொண்டான். குரோவர்ஸ் தியேட்டர் (Grover's Theatre) வாசலில் குதிரையை நிறுத்திவிட்டு, மாடிக்குப் போய், அங்கிருந்த மதுக்கடையில் குடித்தான். பிறகுக் கீழே வந்து ஒரு கடிதம் எழுதினான். அது, வாஷிங்டன்னிலிருந்து வெளிவந்து கொண்டிருந்த 'நேஷனல் இன்டலிஜென்ஸர்' என்ற நாளிதழ் ஆசிரியருக்கு எழுதப்பட்ட கடிதம். அந்தக் கடிதத்தில் ஆபிரஹாம் லிங்கனைக் கடத்துவதாக இருந்த அவனுடைய திட்டம் எப்படி அவரைக் கொலை செய்வதாக மாறியது என்பதை பூத் விவரித்திருந்தான். அந்தக் கடிதத்தில் அவனுடைய கையெழுத்தைப் போட்டதோடு நிறுத்திக் கொள்ளவில்லை. அவனுடைய கூட்டாளிகளான பைனே, அட்ஸெரோட் மற்றும் ஹெரால்டு ஆகியோரின் பெயர்களையும் குறிப்பிட்டான். பிறகு எழுந்து, வெளியே அவனுடைய குதிரை கட்டப்பட்டிருந்த இடத்துக்கு வந்தான்.

மாலை 5.00 மணி

பதினான்காவது தெரு வழியாக பூத், குதிரையை நடத்திக் கொண்டு போனான். வில்லார்ட்ஸ் ஹோட்டலுக்கு அருகே அவன் தன்னுடன் நடிக்கும் ஜான் மாத்யூஸ் (John Mathews) என்ற நடிகரைப் பார்த்தான். மாத்யூஸ் Our American Cousin என்னும் நாடகத்தில் ஒரு முக்கியக் கதாபாத்திரத்தில் நடித்துக் கொண்டு இருந்தான். பூத், மாத்யூஸிடம் அந்தக் கடிதத்தைக் கொடுத்து, 'நேஷனல் இன்டலிஜென்ஸர்' பத்திரிகையில் அதைச் சேர்க்கச் சொன்னான். பிறகு குதிரையில் ஏறி, அதை வேகமாகச் செலுத்தினான். தளபதி யுலிசிஸ் கிராண்டின் வீட்டைத் தாண்டும்போது, பக்கவாட்டுத் தெருவிலிருந்து வந்த ஜார்ஜ் அட்ஸெரோட்டைச் சந்தித்தான். அட்ஸெரோட்டிடம் மிகச் சரியாக இரவு *10.15*-க்கு ஆண்ட்ரூ ஜான்ஸனைக் கொல்ல வேண்டும் என்று கூறினான்.

மாலை 6.00 மணி

குதிரையை ஃபோர்ட் தியேட்டருக்கு ஓட்டினான். அந்தத் தியேட்டரில் வேலை பார்த்துக் கொண்டிருந்த தொழிலாளிகளை

(அவனுக்கு ஏற்கெனவே நன்கு பரிச்சயமானவர்கள்) குடிப்பதற்காகக் கூப்பிட்டான். அதற்குப் பிறகு, தியேட்டருக்குத் திரும்பி வந்து, கொலை செய்வதற்கான பாதையில் நடந்து போனான். துளையிடும் கருவியால் கதவில் ஒரு சிறிய ஓட்டையைப் போட்டான். அதிலிருந்து பார்த்தால், லிங்கன் உட்கார்ந்திருப்பதும் அவருடைய தோள்களும் தெரியும். பிறகு அங்கிருந்து கிளம்பி, நேஷனல் ஹோட்டலுக்கு வந்தான். இரவு சாப்பாட்டைச் சாப்பிட்டுவிட்டுக் கொஞ்சம் ஓய்வெடுத்தான்.

இரவு 7.00 மணி

பூத் கறுப்புநிற ஆடைகளையும், கறுப்புநிறத் தொப்பியையும் அணிந்துகொண்டான். மறக்காமல் அவனுடைய டைரியை எடுத்து பாக்கெட்டில் போட்டுக்கொண்டான். ஒரு சின்ன காம்பஸ் கருவியையும், ஒரு துப்பாக்கியையும், ஒரு நீளமான கத்தியையும் எடுத்து வைத்துக் கொண்டான். அந்த 44-ம் நம்பர் காலிபர் பிஸ்டலில் குண்டை நிரப்பினான். சரியாக 7.45 மணிக்கு நேஷனல் ஹோட்டலை விட்டு வெளியே வந்தான்.

இரவு 8.00 மணி

தன் கூட்டாளிகளுடன் உட்கார்ந்து திட்டத்தை விலாவரியாகப் பேசினான். பைனே, செக்ரட்டரி சீவர்டைக் கொல்ல வேண்டும். பைனே, சீவர்டின் வீட்டுக்குப் போவதற்கு வழிகாட்டுவதும், வாஷிங்டன்னிலிருந்து தப்பித்துப் போவதற்கு உதவுவதும் ஹெரால்டின் பொறுப்பு. அட்ஸெரோட் துணை ஜனாதிபதி ஜான்ஸனை சுட வேண்டும். பூத், லிங்கனைக் கொல்லுவான். எல்லாத் தாக்குதல்களும் ஒரே நேரத்தில், சரியாக இரவு 10.15-க்கு நடக்க வேண்டும். அதற்குப் பிறகு எல்லோரும் நேவி யார்டு பிரிட்ஜில் (Navy Yard Bridge) சந்தித்துக் கொள்ள வேண்டும். அங்கிருந்து அவர்கள் சூரட்வில்லிக்குப் போய், துப்பாக்கிகளையும் பைனாக்குலர்களையும் வாடகைக்கு எடுத்துக் கொண்டு தப்பித்துவிடவேண்டும்.

இரவு 9.00 மணி

பூத், ஃபோர்டு தியேட்டருக்கு வந்தான். தியேட்டர் தொழிலாளி நெட் ஸ்பேங்லரிடம் (Ned Spangler) தியேட்டருக்குப் பின்புறம் தன்னுடைய குதிரையை நிறுத்திவைக்குமாறு கேட்டுக் கொண்டான். ஸ்பேங்லர், மேடையில் செட்டுகளை மாற்றுவதில்

பிஸியாக இருந்ததால், இன்னொரு தொழிலாளியை அழைத்து குதிரையைப் பின்பக்கம் கொண்டுபோகச் சொன்னான். தியேட்டரைவிட்டு வெளியே வந்த பூத், பக்கத்திலிருந்த ஒரு மதுக் கடைக்குப் போனான். ஒரு பாட்டில் விஸ்கியும் கொஞ்சம் தண்ணீரும் வாங்கினான். அப்போது மதுக்கடையிலிருந்த ஒரு வாடிக்கையாளர் பூத்தைப் பார்த்துவிட்டுச் சொன்னார்: 'உங்க அப்பா மாதிரி பெரிய நடிகனா ஆக உன்னால எப்பவும் முடியாது.' அதற்குச் சிரித்துக் கொண்டே பூத் பதில் சொன்னான்: 'நான் மேடையை விட்டு வர்றப்போ, அமெரிக்காவுலயே ரொம்ப ஃபேமஸான ஆள் நானாத்தான் இருப்பேன்.'

இரவு 10.00 மணி

சரியாக இரவு 10.07-க்கு பூத், ஃபோர்டு தியேட்டருக்குள் நுழைந்தான். மாடிக்குப் போனான். லிங்கன் அமர்ந்திருந்த தனி பாக்ஸ் கதவை லேசாகத் தட்டினான். அந்தப் பிரத்யேகமான அறைக் கதவுக்குப் பக்கத்தில் லிங்கனின் பாதுகாவலர் சார்லஸ் ஃபோர்ப்ஸ் (Charles Forbes) அமர்ந்திருந்தார். அவரிடம் தன் நுழைவுச் சீட்டைக் காட்டினான். பிறகுக் கதவைத் திறந்து கொண்டு, இருட்டில், லிங்கன் அமர்ந்திருந்தத் தனி கேபினுக்குப் பின்னால் இரண்டடி தொலைவில் நின்று கொண்டான். சமயம் பார்த்து சட்டென்று உள்கதவைத் திறந்து, ஆபிரஹாம் லிங்கனுக்குப் பின்னால் போய், தன் துப்பாக்கியை எடுத்தான்.

புது அம்மா

1

அது ஒரு காட்டுப் பகுதி. அங்கே அழகு கொஞ்சும் ஓர் அருவி. அருவி நீர் சலசலத்து ஓடும் ஓடைக்குப் பக்கத்தில் மரத்தால் கட்டப் பட்ட ஒரு வீடு.

அந்த வீட்டுக்குச் சொந்தக்காரர் தாமஸ் லிங்கன். அவரே காட்டில் மரங்களை வெட்டி, தன் கைகளாலேயே அந்த வீட்டைக் கட்டியிருந்தார். தாமஸ் வேட்டையாடியும் கூலி வேலை பார்த்தும் பிழைக்கிற சாதாரண மனிதர்.

அமெரிக்காவில், கென்டகி மாநிலத்தில், ஹாட்ஜன்ஸ் வில்லியிலிருந்து மூன்று மைல் தூரத்தில், ஹார்டின் என்ற இடத்துக்குக் கொஞ்சம் தள்ளி இருந்த இந்த மர வீட்டில் 1809-ம் ஆண்டு, பிப்ரவரி 12-ம் தேதி தாமஸ் லிங்கனுக்கு ஓர் ஆண் குழந்தை பிறந்தது.

ஒரே ஒரு அறையைக் கொண்ட வீடு. மிகக் குறுகலான வாசல். அறையின் மூலையில் குளிர் காய்வதற்காகக் களிமண்ணாலும் செங்கற்களாலும் கட்டப்பட்ட கணப்பு. அழுக்கேறிய ஒரு புகை போக்கி. ஜன்னல்

என்கிற பெயரில் சதுர வடிவிலான ஓர் ஓட்டை. கோடை காலம் முழுவதும் அது திறந்தே இருக்கும். குளிர் காலத்தில், காற்றும் பனியும் உள்ளே நுழையாமல் இருக்க, மான் தோலைக் கொண்டோ, முரட்டுத் துணியாலோ மூடப்பட்டிருக்கும்.

வாசலுக்கும் கதவு கிடையாது. இரவிலும் காற்று வீசும் காலங்களிலும் ஒரு கரடித் தோல், வாசலை மறைத்துத் தொங்கிக் கொண்டிருக்கும். அதுதான் அந்த வீட்டுக்குக் கதவு.

வெறும் மண் தரை. நாற்காலிகள் எதுவும் கிடையாது. அமருவதற்கு மரத்துண்டுகள். கணப்புக்குப் பக்கத்தில் பெயருக்கு ஒரு மர பெஞ்ச் கிடந்தது.

மரத்துண்டுகளை சின்ன மேடையாக்கி, காட்டு மிருகங்களின் தோல் போடப்பட்டிருந்தது. அதன் மேல் கைத்தறித் துணி ஒன்று விரிக்கப்பட்டிருந்தது. இதுதான் அந்த வீட்டில் இருந்த ஸ்பெஷல் கட்டில்.

அந்த வீட்டில் இரண்டு குழந்தைகள் இருந்தன. ஒன்று பெண், இன்னொன்று ஆண். பெண் குழந்தைக்கு சாரா என்றும் ஆண் குழந்தைக்கு ஆபிரஹாம் என்றும் பெயர் வைத்தார் தாமஸ்.

ஆபிரஹாம் என்பது தாமஸ் லிங்கனின் தந்தையின் பெயர். அவர் பல வருடங்களுக்கு முன்னால் செவ்விந்தியர்களால் படுகொலை செய்யப்பட்டிருந்தார். அப்போது தாமஸுக்கு வெறும் பத்து வயது.

தாமஸ் கடுமையான உழைப்பாளி. ஆனால் அவர் பார்த்த தச்சு வேலையில் சொற்ப வருமானம்தான் வந்து கொண்டிருந்தது. எழுதவோ படிக்கவோ தெரியாது. கஷ்ட ஜீவனம். இருந்தாலும் சமாளித்துக்கொண்டு, வாழ்க்கையை ஓட்டிக்கொண்டிருந்தார்.

ஆபிரஹாம் எப்பொழுதும் வீட்டு வாசலில் இருக்கும் மரத்தடியில் விளையாடியபடி இருந்தான். சில சமயங்களில், தன் அக்காவுடன் காட்டுக்குச் சென்று பறவைகளையும் அணில்களையும் வேடிக்கை பார்ப்பான்.

அவனுக்கு விளையாட்டுத் தோழர்கள் யாரும் கிடையாது. விளையாட்டுப் பொருள்கள், பொம்மை ஆகியவற்றை அவன் கண்ணால் பார்த்ததுகூட கிடையாது.

தாமஸ் உறுதியான, தைரியமான, அதே சமயம் அன்பான மனிதர். சில சமயங்களில் ஆபிரஹாமைத் தன் முழங்காலில் படுக்கப் போட்டுக் கொண்டு புதுப்புதுக் கதைகளைச் சொல்வார்.

காட்டின் எல்லைப் பகுதியில் வாழ்ந்ததால், தாமஸ் லிங்கனுக்கு மற்ற எந்த வேலையை விடவும் மானை வேட்டையாடுவது, காட்டில் சுற்றி அலைவது இவற்றில்தான் நாட்டம் அதிகம் இருந்தது. அவருடைய வறுமை நிலைக்குக் காரணமும் அது தான்.

ஆனால், இப்படிப்பட்ட ஏழைமையான வாழ்க்கைக் குறித்து ஆபிரஹாம் லிங்கனின் தாய் நான்ஸிக்கு எந்த மனக்குறையும் இல்லை. அவரும் காட்டு மரங்களுக்குப் பின்னால் முரட்டுத் தனமான சூழ்நிலைகளுக்கிடையில் வளர்ந்தவர்தான். இருந்தாலும் இயல்பாகவே அவர் தூய்மையானவராகவும் இனிமையானவராகவும் இருந்தார். வீட்டைப் பராமரிப்பதில் பக்கத்து வீட்டுப் பெண்களுக்கு அவர்தான் ரோல் மாடல்.

நான்ஸியைப்போல பிஸியான பெண் வேறு யாரும் இருக்க முடியாது. அவருக்கு நூல் நூற்கவும் நெசவு செய்யவும் தெரியும். அவருடைய குடும்பத்துக்குத் தேவையான துணிமணிகளை அவரே தயாரித்துவிடுவார். தவிரவும், தோட்டத்திலும் பண்ணையிலும் அவருடைய உதவி வேண்டும் என்று கணவர் கேட்ட போதெல்லாம், அவர் உழைக்கத் தயங்கியதே இல்லை.

நான்ஸிக்குத் துப்பாக்கியால் குறிபார்த்துச் சுடவும் தெரியும். தன் கணவர் தாமஸுடன் பலமுறை பந்தயம் போட்டு, காட்டுக்குள் போய் மானை வேட்டையாடிக் கொண்டு வருவார் நான்ஸி. பிறகு அந்த மானை அறுத்து சமைத்து, அதன் தோலைப் பதப்படுத்தித் தன் கணவருக்கும் குழந்தைகளுக்கும் பயன்படுகிற விதத்தில் எதையாவது செய்வார்.

ஆபிரஹாமுக்குப் புரிந்துகொள்கிற வயது வந்ததும், நான்ஸி அவனுக்கு பைபிள் கதைகளை வாசித்துக் காட்டினார். அவனாகவே கதைகளைப் படித்துப் புரிந்துகொள்ளவும் சொல்லிக் கொடுத்தார். அவ்வளவு சின்ன வயதில் அந்தப் பையன் புத்தகங்களைச் சத்தம் போட்டு வாசிப்பதைப் பார்த்து அக்கம்பக்கத்தில் இருந்தவர்கள் அதிசயித்துப் போனார்கள். அதற்குக் காரணமும் இருந்தது. அன்றைய நாள்களில், கென்டகியில் இருந்த அந்தப் பகுதியில் பள்ளிகள் இல்லை.

அது ஒரு மழைக்காலம். ஆபிரஹாம் இருந்த பகுதிக்கு ஒரு ஆசிரியர் வந்தார். ஊர் ஊராகப் போய், குழந்தைகளுக்குப் பாடம் எடுக்கும் ஆசிரியர். அவரைக் கெட்டியாகப் பிடித்துக் கொண்டார்கள் அந்தப் பகுதிவாசிகள். படிப்பதற்குப் பள்ளிக்கூடமே இல்லாதபோது, அந்தப் பக்கமாக ஒரு வாத்தியார் போனால் விடுவார்களா?

ஆசிரியரும் அந்தப் பகுதி மக்களின் குழந்தைகளுக்குப் பாடம் சொல்லித் தர ஒப்புக்கொண்டார். ஆனால் ஃபீஸ் கொடுக்க வேண்டுமே! நீண்ட நாள்கள் அவர்களுடன் தங்கியிருந்து, பாடம் கற்றுத்தர அவர் கேட்ட ஃபீஸைக் கேட்டு மிரண்டு போனார்கள் அந்த மக்கள். அந்த எளிய மக்களால் அவர் கேட்ட அவ்வளவு பெரிய தொகையை நிச்சயமாகக் கொடுக்க முடியாது என்பது தெரிந்து போனது. ஆனால் தங்களது குழந்தைகளுக்குப் படிப்பும் வேண்டும். என்ன செய்வது?

கடைசியாக, அந்தப் பகுதி மக்களும் ஆசிரியரும் ஓர் ஒப்பந்தத்துக்கு வந்தார்கள். அதாவது, அந்த ஆசிரியர் இரண்டு அல்லது மூன்று வாரங்களுக்கு அங்கே தங்கியிருந்து குழந்தைகளுக்குப் பாடம் சொல்லித் தருவது. அதற்குண்டான ஃபீஸை அவர்கள் மொத்தமாக வசூல் செய்து தந்துவிடுவது.

அந்த ஆசிரியரின் பெயர் ஜக்கரியா ரினே (Zachariah Riney). அவர் அங்கு தங்கியிருந்த மூன்று வாரங்களும் சுற்றியிருந்த பல இடங்களிலிருந்தும் பல மைல் தூரத்திலிருந்தும் மாணவர்கள் படிக்க வந்தார்கள். அங்கிருந்த மாணவ, மாணவிகளிலேயே மிக இளையவன் ஆபிரஹாம்தான். அங்கு படிக்கப் போனபோது, ஆபிரஹாமுக்கு ஐந்து வயதுகூட முடிந்திருக்கவில்லை.

அந்தப் பள்ளிக்கூடத்தில் இருந்தது ஒரே ஒரு புத்தகம்தான். நம்ம ஊர் ஒண்ணாம் வகுப்புப் புத்தகம் மாதிரி. அரிச்சுவடியில் ஆரம்பித்து, வார்த்தைகளை எப்படி எழுத்துக் கூட்டிப் படிப்பது என்று சொல்லிக் கொடுத்துவிட்டு, வாக்கியங்களை எப்படிப் படிப்பது என்பதற்கு மாதிரியாக சில வாசகங்களோடு முடிந்தது அந்தப் புத்தகம்.

அந்த ஆசிரியரிடம் பாடம் படிக்க வந்த பெரிய பையன்கள்கூட எல்லா எழுத்துகளையும் தங்குதடையில்லாமல் சொல்லவும் வார்த்தைகளை எழுத்துக்கூட்டிப் படிக்கவும் திணறினார்கள்.

தேர்வு தினம். ஆபிரஹாமின் முறை வந்தது. ஆசிரியர் ஆபிரஹாமைப் பார்த்தார். 'சின்னப் பையன்! பெரிய பசங்களே பதில் சொல்லத் தெரியாமல் பேய் முழி முழிக்கிறார்கள். இவன் என்ன செய்வான், பாவம்!' இப்படி நினைத்தவர் ஆபிரஹாமிடம் எளிமையான கேள்விகளாகக் கேட்க ஆரம்பித்தார்.

'ஆபிரஹாம் ஏ,பி,சி,டி... சொல்லு பாப்போம்.'

ஆபிரஹாம் மிகச் சரியாகச் சொன்னான்.

'வவ்வல்ஸ் என்னென்ன தெரியுமா?'

சொன்னான். ஆசிரியர் ஆச்சரியத்தோடு அவனைப் பார்த்தார்.

'இதோ இந்த போர்டுல எழுதியிருக்கற வார்த்தைகளை எழுத்துக் கூட்டி உன்னால படிக்க முடியுமா?'

படித்தான். அழுத்தந்திருத்தமாக, மிகச் சரியான உச்சரிப்போடு படித்தான். ஆசிரியர் பிரமித்துப் போனார்.

ஆசிரியர் இறுதியாக இருப்பதிலேயே கடினமான போர்ஷனான, புத்தகத்தின் இறுதிப் பகுதியைக் கையில் எடுத்தார்.

'இதுல சில பாடங்கள் இருக்கு. இதைச் சத்தம்போட்டு எல்லோருக்கும் கேக்கற மாதிரி படி பார்ப்போம்?' என்றார்.

ஆபிரஹாம் புத்தகத்தை வாங்கினான். மேடையில் சொற் பொழிவை ஆற்றுவதுபோல கடகடவென்று படித்துக் கொண்டே போனான். வகுப்பே வாய் பிளந்து அவனைப் பார்த்துக் கொண்டிருந்தது.

★

கொஞ்ச நாள் கழித்து ஆபிரஹாமுக்கு இன்னொரு ஆசிரியர் கிடைத்தார். அவர் பெயர் கேலப் ஹாசெல் (Caleb Hazel). அவரும் நிரந்தரமான ஆசிரியர் இல்லை. அவரிடம் ஆபிரஹாம் மூன்று மாதங்கள் படித்தான்.

ஆபிரஹாமுக்கு அப்போது ஏழு வயது. ஆபிரஹாமின் தந்தை தாமஸ், கென்டகியிலிருந்து வேறு எங்காவது போய்விட வேண்டும் என்று நினைத்தார். அந்தச் சின்னஞ்சிறிய ஊரில்

தனக்கோ தன் பிள்ளைகளுக்கோ நல்ல எதிர்காலம் இருக்கும் என்பதை அவரால் நம்ப முடியவில்லை.

அன்றையச் சூழ்நிலையில் அமெரிக்காவில் புதிதாக முளைத்த மாகாணங்கள் எல்லாம் முன்னேற்றப் பாதையில் நடை போட்டுக் கொண்டிருக்க, கென்டகி மட்டும் சாபம் வாங்கிய ஊரைப்போல கல்வி, பொருளாதாரம் எல்லாவற்றிலும் பின் தங்கியிருந்தது. போதாக்குறைக்கு வெள்ளையர்களுக்கும் கறுப்பர்களுக்குமான இன மோதல்கள் வேறு. இவை எல்லாமும் சேர்ந்துகொண்டு, தாமஸ் லிங்கனுக்கு வேறு எங்காவது போய் பிழைக்க வேண்டும் என்ற எண்ணத்தைத் தந்து கொண்டிருந்தன.

சரி, ஊரைவிட்டுப் போக முடிவு செய்தாகிவிட்டது. பணத்துக்கு எங்கு போவது? தாமஸ் தன் வீட்டையும் சிறிய இடத்தையும் விற்க முடிவு செய்தார். கிட்டத்தட்ட அடிமாட்டை விற்கிற மாதிரிதான் வீட்டை விற்க வேண்டியிருந்தது. 20 டாலர்கள் ரொக்கப் பணத்துக்கும் பத்து பீப்பாய்கள் விஸ்கிக்குமாக வீடு விலை போனது. வீட்டின் மொத்த மதிப்பு, கிட்டத்தட்ட முந்நூறு டாலர்கள்.

ஒரு படகைத் தயார் செய்துகொண்டு, ரோலிங் ஃபோர்க் என்கிற இடத்தில் நிறுத்தி, வீட்டுக்கு அவசியமான பொருள்களையும் விஸ்கிப் பீப்பாய்களையும் படகில் ஏற்றினார் தாமஸ். பிறகுத் தன்னந்தனியாக ஓஹியோ ஆற்றில் படகைச் செலுத்திக் கொண்டு, இண்டியானா மாகாணத்தை நோக்கிப் போனார்.

வழியில், படகு விபத்துக்குள்ளானது. கொண்டு போனப் பொருள்கள் எல்லாம் மூழ்கத் தொடங்கின. பிறகு எப்படியோ சில ஆள்களை உதவிக்கு வைத்துக்கொண்டு, பொருள்களை வெளியில் எடுக்கப் போராடினார் தாமஸ். ஆனாலும் எல்லா வற்றையும் மீட்க முடியவில்லை. அந்த விபத்தில் அவர் கொண்டு போன விஸ்கியில் மூன்றில் இரண்டு பகுதியும், முக்கியமான சில வீட்டு உபயோகப் பொருள்களும், விவசாயத் துக்குப் பயன்படும் கருவிகளும் ஆற்றில் மூழ்கிப் போயின.

அதற்குப் பிறகு, ஒருவழியாக மிச்சம் இருந்த பொருள்களை தாம்ஸன்ஸ் ஃபெர்ரி என்ற இடத்துக்குக் கொண்டுபோய்ச் சேர்த்தார். அங்கிருந்து பதினெட்டு மைல்கள் தூரத்தில், இண்டி யானா மாகாணத்தில் இருந்த ஸ்பென்ஸர் கவுன்ட்டி என்ற

இடத்துக்கு அவற்றை வண்டியில் ஏற்றிக்கொண்டு போனார். சில பொருள்களை உடையாமல் கொண்டுபோவது மிகச் சிரமமாக இருந்தது.

அங்கு ஓர் ஆளைப் பிடித்து பொருள்களைப் பத்திரமாக வைத்திருக்கச் சொல்லி ஒப்படைத்துவிட்டு, தாம்ஸன்ஸ் ஃபெர்ரிக்கு வந்தார். அங்கிருந்து தாமஸ், கால் நடையாகவே கென்டகிக்கு வந்து சேர்ந்தார்.

★

1816-ம் ஆண்டு. இலையுதிர் காலம். ஆபிரஹாமின் குடும்பம் கென்டகியிலிருந்து இடம் பெயர்ந்தது. பழைய வீட்டிலிருந்து எழுபது அல்லது எண்பது மைல்கள் தூரத்தில் இருந்தது புதிய இடம். ஆனால், பாதை மிக மோசமாக இருந்தது. சில இடங்களில் அவர்களே மரம் செடி கொடிகளை வெட்டிப் பாதையை ஏற்படுத்திக்கொண்டு பயணம் செய்ய வேண்டியிருந்தது. மூன்று குதிரை வண்டிகளில் வீட்டுப் பொருள்களையும் குழந்தைகளையும் ஏற்றிக் கொண்டு, ஏழு நாள்கள் பயணம் செய்து, ஸ்பென்ஸர்ஸ் கவுன்ட்டியை அடைந்தார்கள்.

அப்போது, இண்டியானா தனி மாகாண அந்தஸ்து பெற்று ஒரு வருடம்கூட ஆகியிருக்கவில்லை. ஆகவே, மிகக் குறைந்த விலைக்கு ஒரு நிலத்தை வாங்கி, அங்கேயே செட்டில் ஆகிவிடலாம் என்று நம்பினார் தாமஸ் லிங்கன். அதேபோல, இண்டியானா மரங்களுக்கு நல்ல கிராக்கி இருப்பதால், மரம் வெட்டும் தொழில் செய்தால் நன்கு பிழைத்துக் கொள்ளலாம் என்பதையும் தாமஸ் தெரிந்து வைத்திருந்தார்.

ஆபிரஹாம் தன் வயதுக்கு மீறிய உயரத்தோடும் வலுவோடும் இருந்தான். கோடாரியால் வெட்டுவதற்கும் துப்பாக்கியால் சுடுவதற்கும் அவனுக்குத் தெரிந்திருந்தது. அவனுடைய அப்பாவின் எல்லா வேலைகளுக்கும் ஹெல்ப்பர் ஆபிரஹாம்தான்.

ஆபிரஹாமின் குடும்பம் அந்தப் புது இடத்துக்கு வந்து சேர்ந்தது நவம்பர் மாதத்தில். குளிர்காலம் நெருங்கிக் கொண்டிருந்தது. ஆனால் அவர்கள் தங்குவதற்கு சிறிய வீடோ, குடிசையோ எதுவுமில்லை. நோயாளியாகவும் சோர்ந்தும் இருந்த அம்மா நான்ஸியையும், சின்னப் பெண் சாராவையும் வைத்துக் கொண்டு என்ன செய்வது? இத்தனைக்கும் மிகக் கடுமையான வழிப் பயணத்தில் அவர்கள் களைப்பாக வேறு இருந்தார்கள்.

வண்டியிலிருந்து குதிரைகளைக் கழற்றியதுமே ஆபிரஹாமும் தாமஸும் கைகளில் கோடாரியைத் தூக்கிக் கொண்டார்கள். மளமளவென்று ஒரு கூடாரத்தைக் கட்டி முடித்தார்கள். கொம்பு களாலும் இலை தழைகளைக் கொண்ட கூரையாலும் கூடாரத்தைக் கட்டினார்கள். தரையை இலைகள் மற்றும் மான், கரடி, போன்ற மிருகங்களின் தோல்களைக் கொண்டு மூடினார்கள்.

இண்டியானாவில் ஆபிரஹாமின் குடும்பம் தங்களது முதல் குளிர்காலத்தை இப்படித்தான் கழித்தது. உடலைக் குடைகிற பனி, சதா தூறிக்கொண்டிருக்கும் பனித்துகள்கள், குளிர்க்காற்று இவற் றுக்கு மத்தியில் குளிர்காலம் மிகக் கடுமையாக இருந்தது. வசந்த காலம் வருவதற்கு முன்பாகவே ஆபிரஹாமின் தாய் நான்ஸியின் உடல் நிலை மிகவும் மோசமாகிக் கொண்டே வந்தது.

ஆனால், தாமஸ் லிங்கனுக்குத் தன் மனைவியைப் பற்றிக் கவலைப்படக்கூட நேரமிருக்கவில்லை. அவருக்கும் அவரது கோடாரிக்கும் நிறைய வேலை இருந்தது. தாமஸ் முதல் வேலை யாக நிலத்தைச் சுத்தம் செய்தார். நிலத்தைச் சுத்தம் செய்தால் தான், அவரால் வசந்த காலத்தில் தானியங்களையோ, காய்கறி களையோ அதில் பயிர் செய்ய முடியும். அதிவிரைவில் ஒரு வீட்டைக் கட்ட வேண்டும் என்று நினைத்திருந்தார். வீட்டைக் கட்டுவதற்காக அவர் மரங்களை வெட்டினார்.

மரம் வெட்டுவது, வேட்டையாடுவது, விலங்குகளுக்குப் பொறி வைப்பது என்று ரொம்பவும் பரபரப்பாக இருந்தான் ஆபிரஹாம். விளையாடுவதற்குக்கூடக் குறைவாகத்தான் நேரம் கிடைத்தது.

குளிர் அடிக்கும், காற்று வீசும் நாள்களில், வெளியே எங்கும் போக முடியாத சூழ்நிலைகளில், நான்ஸி அவனுக்கு எழுதக் கற்றுக் கொடுத்தார்.

வசந்த காலத்தில் புதுவீட்டைக் கட்டி முடித்துவிட்டார் தாமஸ் லிங்கன். மர வீடுதான். ஆனால் வசதியாக இருந்தது. கீழே ஒரு அறை. மற்றபடி மேலேதான் எல்லாப் புழக்கமும். கென்டகியில் இருந்த மரவீட்டை விடப் பல மடங்குச் சிறந்ததாக, குட்டி சொர்க்கமாக இருந்தது புது வீடு.

வீட்டைக் கட்டி முடித்ததும் நிலத்தில் பயிரிட ஆரம்பித்தார்கள். காலையிலிருந்து இருட்டுகிறவரை வீட்டில் இருந்த எல்லோருக் குமே வேலை இருந்தது.

கோடை காலம் போய் இலையுதிர் காலம் வந்தது. ஆபிரஹா மின் தாய் நான்ஸியின் உடல் நிலையில் எந்த மாற்றமும் இல்லை. சொல்லப்போனால் முன்பைவிட இப்போது மிகவும் மோசமாக இருந்தது. எழுந்து நிற்கவும், நடக்கவும்கூட ஆபிர ஹாமோ அல்லது சாராவோ அவருக்கு உதவ வேண்டியிருந்தது.

ஒரு நாள் ஆபிரஹாமை அருகே அழைத்தார் நான்ஸி.

'என்னம்மா?'

'ஆபிரஹாம்! நான் உன்னை விட்டுப் போறேன். உங்க அப்பா கிட்டயும் அக்காக்கிட்டயும் எப்பவும் நீ அன்பா இருப்பேன்னு எனக்குத் தெரியும். நான் சொல்லிக் கொடுத்ததை எல்லாம் ஞாபகத்துல வச்சுக்கோ. அதேபோல நடந்துக்கோ.'

அம்மா சொன்னதுக்கெல்லாம் தலையை ஆட்டினான் ஆபிர ஹாம்.

1818, அக்டோபர் மாதம், ஐந்தாம் தேதி, நான்ஸி இறந்துபோனார்.

ஏற்கெனவே கொள்ளை நோய்க்குப் பலியானவர்களுக்காகச் சவப்பெட்டி செய்த பழக்கம் தாமஸ் லிங்கனுக்கு இருந்தது. தாமஸ், ஆபிரஹாமை அழைத்துக்கொண்டு காட்டுக்குப் போனார். ஒரு மரத்தை வெட்டி, தன் மனைவி நான்ஸிக்காக அவரே ஒரு சவப்பெட்டியைச் செய்தார்.

அந்த சவப்பெட்டியில் நான்ஸியின் உடலை வைத்து, தூக்கிக் கொண்டு போய், அவர்கள் வீட்டிலிருந்து அரை மைல் தூரத்தில் இருந்த ஓர் இடத்தில், ஒரு மரத்தினடியில் அக்கம் பக்கத்தி லிருந்தவர்களின் துணையோடு குழிதோண்டிப் புதைத்தார்கள். தாமஸும் நான்ஸியும் மிகுந்த கடவுள் நம்பிக்கை உள்ளவர்கள். ஆனால், பாதிரியார் யாரும் கிடைக்காததால் சடங்குகளும் எதுவும் நடைபெறவில்லை.

பாதிரியார்கள் யாரும் கிடைக்காததற்குக் காரணம், அந்தப் பகுதியில் அப்போது சர்ச்சுகள் எதுவும் இல்லை. அவர்கள் கென் டகியில் இருந்தபோது, ஒரு மத போதகர் ஆபிரஹாமுக்கு அறிமுக மாகி இருந்தார். அவர் பெயர் டேவிட் எல்கின் (David Elkin).

'அவர் வந்தால் அம்மாவுக்கு இறுதிச் சடங்கை செய்துவிடு வாரே!' என்று யோசித்தான் ஆபிரஹாம். அப்போது அவனுக்கு

ஒன்பது வயதுதான். இருந்தாலும் அவனுடைய ஏழைத்தாயை நினைவு வைத்துக் கொண்டு, அந்த மத போதகர் நிச்சயம் வருவார் என்று அவன் நம்பினான். எனவே, அவருக்கு ஒரு கடிதம் எழுத முடிவு செய்தான்.

சரி, கடிதம் எப்படி எழுதுவது? இன்றைய நாள்களைப்போல, அப்போதெல்லாம் பேனாவும் பேப்பரும் அதிகம் புழக்கத்தில் இல்லை. பறவையின் இறகினால் மையைத் தொட்டுத் தொட்டு எழுதவேண்டும். தபால் செலவும் அதிகம். ஆனாலும், ஆபிரஹாம் எப்படியோ ஒரு கடிதத்தை எழுதி, கென்டகிக்குப் போகிற ஒருவரிடம் கெஞ்சிக் கூத்தாடி அந்தக் கடிதத்தைக் கொடுத்து, அந்தப் பாதிரியாருக்கு அனுப்பியும் விட்டான்.

சில மாதங்கள் கழிந்தன. இலைகள் மறுபடியும் மரங்களின் மேல் ஏறி உட்கார்ந்து கொண்டன. காட்டு மரங்களில் மலர்கள் பூத்துக் குலுங்கின. ஒரு சிறுவன் எழுதிய கடிதத்துக்கு மதிப்புக் கொடுத்து அந்த மதபோதகர் வந்து சேர்ந்தார்.

நல்ல மனம் படைத்த அந்தப் பாதிரியார், ஆபிரஹாமின் குடும்பம் கொடுக்கப் போகும் பணத்துக்காகவோ சன்மானத்துக்காகவோ அங்கு வரவில்லை. ஆபிரஹாம் அன்பு சொட்டச் சொட்ட எழுதிய அந்தக் கடிதத்துக்காகத்தான் அங்கு வந்திருந்தார்.

அவர் வந்ததும் நண்பர்களும் அக்கம்பக்கத்தில் இருந்தவர்களும் ஆபிரஹாமின் அம்மா அடக்கம் செய்யப்பட்ட இடத்தில் கூடினார்கள். ஊரில் இருந்து வந்திருந்த அந்தப் பாதிரியார் இறுதிச் சடங்கை முறைப்படி செய்து வைத்தார். வேதப் பாடல்கள் பாடப்பட்டன. எல்லோரும் பிரார்த்தனை செய்தார்கள். அன்பான இரக்கம் தொனிக்கும் வார்த்தைகள் உச்சரிக்கப்பட்டன. மிகச் சிறப்பாக ஆபிரஹாமின் தாய் நான்ஸியின் இறுதிச் சடங்கு நடந்தது.

ஆபிரஹாம் லிங்கன் உலகம் அறிந்த மனிதராக உயர்ந்தபிறகு ஒரு நாள் சொன்னார்: 'நான் இப்படி உயர்ந்திருப்பது, இனிமேல் உயரத்துக்குப் போவது எல்லாமே என் தாய் என்கிற தேவதை எனக்குக் கொடுத்த வரத்தால்தான்.'

வீடு வெறுமையாக இருந்தது. ஆபிரஹாம், அம்மா இல்லாதத் தனிமையை உணர்ந்தான். அந்தத் தனிமை அவனை வாட்டி எடுத்துக் கொண்டிருந்தது. பன்னிரண்டே வயதான அவனுடைய

அக்கா சாரா, வீட்டு வேலைகளைச் செய்து கொண்டிருந்தாள். அவள் சமைப்பதைத்தான் ஆபிரஹாமும் தாமஸும் சாப்பிட்டுக் கொண்டிருந்தார்கள்.

ஆபிரஹாமின் அப்பாவுக்கு வீட்டுக்குத் தரை போடவும் வாசலுக்குக் கதவு போடவும்கூட நேரமில்லாமல் இருந்தது. அந்த மரவீட்டுச் சுவற்றில் நிறைய பிளவுகள் இருந்தன. அந்தப் பிளவுகள் வழியாக அவ்வப்போது குளிர்க்காற்றும் மழையும் உள்ளே வந்து படுத்தி எடுத்துக் கொண்டிருந்தன.

மிக நீண்ட குளிர், மழை நாள்களிலும், வேறு வேலை இல்லாத சமயங்களிலும் வீட்டில் உட்கார்ந்து படித்தான் ஆபிரஹாம். அவர்கள் இருந்த பகுதியில் சிலரிடம்தான் புத்தகங்கள் இருந்தன. அதுவும் மிகக் குறைவான எண்ணிக்கையில். ஆனாலும் யாரிடமாவது புத்தகம் இருப்பதாகத் தெரிந்தால் போதும். உடனே போய், அவர்களிடம் கெஞ்சிக் கூத்தாடி புத்தகத்தை வாங்கி வந்துவிடுவான். ஒரே மூச்சாக உட்கார்ந்து படித்தும் விடுவான்.

ஒரு நாள் தாமஸ், ஆபிரஹாமையும் சாராவையும் பார்த்துக் கொள்ளச் சொல்லி, தன் உறவினர் ஒருவரின் பொறுப்பில் விட்டுவிட்டு, கென்டகிக்குக் கிளம்பிப் போனார். சில வாரங்கள் கழிந்தன.

ஒரு நாள் மாலை, அவர்கள் வீட்டு வாசலில் நான்கு குதிரைகள் பூட்டப்பட்ட வண்டி ஒன்று வந்து நின்றது. ஆபிரஹாமும் சாராவும் ஆச்சரியத்தோடு எட்டிப் பார்த்தார்கள்.

வண்டியில் ஆபிரஹாமின் தந்தை தாமஸ் அமர்ந்திருந்தார். அவருக்குப் பக்கத்தில் கனிவான முகத்தோடு ஒரு பெண் அமர்ந்திருந்தார். குட்டி சீட்டில், நன்கு உடையணிந்திருந்த மூன்று குழந்தைகள் அமர்ந்திருந்தார்கள். இரண்டு பெண்கள், ஒரு பையன்.

கட்டில், பீரோ, மேஜை, நாற்காலி என வேறு சில பொருள்களும் அந்த வண்டியில் இருந்தன. அந்தப் பொருள்கள் எல்லாமே ஆபிரஹாமுக்குப் புதிதாக இருந்தன. இந்த மாதிரியான ஆடம்பரப் பொருள்களை ஆபிரஹாம் இதற்கு முன்பு பயன் படுத்தியதில்லை.

வண்டியிலிருந்து இறங்கியபடியே தாமஸ் அழைத்தார்: 'ஆபிரஹாம்! சாரா! இங்க வாங்க!'

இருவரும் அவரிடம் ஓடினார்கள்.

'நான் உங்களுக்காக ஒரு புது அம்மாவையும் ஒரு புது சகோதரனையும் புதுசா ரெண்டு சகோதரிகளையும் கொண்டு வந்திருக்கேன்.'

மூன்று குழந்தைகளைப் பெற்ற ஒரு விதவைப் பெண்ணை தாமஸ் திருமணம் செய்து அழைத்து வந்திருந்தார். பெண் குழந்தைகளுக்கு எலிஸபெத், மாடிடா என்று பெயர். பையனின் பெயர் ஜான் ஜான்ஸ்டன். அந்தப் புது அம்மா ஆபிரஹாம் மீதும் சாரா மீதும் அன்பைப் பொழிந்தார். நல்ல ஆடைகளையோ, காலணியையோ அணிந்திராத, பார்ப்பதற்கே பாவமாகத் தோற்றமளித்த அந்த இரு குழந்தைகள் மீதும் இரக்கப்பட்டார். தன் குழந்தைகளைவிட அவர்களை நன்றாகக் கவனித்துக் கொள்ள வேண்டும் என்று முடிவு செய்து கொண்டார்.

புது அம்மா வந்ததும் வீடே மாறிப் போனது. வாசலுக்குக் கதவு வந்துவிட்டது. சுவரில் இருந்த இடைவெளிகள் எல்லாம் சுத்தமாக அடைக்கப்பட்டுவிட்டன.

★

மிக துரதிர்ஷ்டமான வாழ்க்கைச் சூழலுக்கு மத்தியிலும், வாய்ப்பு கிடைக்கும்போதெல்லாம் அருகிலிருந்த பள்ளிகளில் சென்று படித்தான் ஆபிரஹாம். இண்டியானாவில் இருந்த போது, ஆன்ட்ரூ கிராஃபோர்டு (Andrew Crawford), மிஸ்டர் ஸ்வீனி (Mr. Sweeney), ஆஸல் டபிள்யூ டோர்சே (Azel W Dorsey) ஆகிய மூன்று ஆசிரியர்களிடம் பாடம் கற்றுக் கொண்டான். கென்டகியில் இரண்டு ஆசிரியர்கள், இண்டியானாவில் மூன்று ஆசிரியர்கள். ஆனால் எல்லாவற்றையும் கூட்டிப் பார்த்தால் ஆபிரஹாமின் பள்ளிப் படிப்புக் காலம் என்பது கிட்டத்தட்ட ஒரு வருடம்தான்.

ஆபிரஹாமுக்குப் படிப்பதில் ஆர்வம் கட்டுக்கடங்காமல் இருந்தது. நகரத்திலிருந்து வீட்டுக்கு வரும் சாமான்களில் சுற்றப்பட்டிருக்கும் செய்தித் தாள்களைக்கூட விடுவதில்லை. பக்கத்திலிருந்த நகரத்துக்குப் போனால் அங்கிருக்கும் செய்தித் தாள்களைப் படித்தான்.

கரித்துண்டால் சுவற்றிலும் தரையிலும் எழுதி எழுதிப் பார்த்தான். மரப்பலகைகளில் கத்தியால் கீறிக் கீறி எழுதிப் பழகினான்.

சுற்று வட்டாரத்தில் எழுதப் படிக்கத் தெரியாதவர்களுக்குக் கடிதம் வந்தால், ஆபிரஹாமைத் தேடித்தான் வருவார்கள். அவர்களுக்கு வந்தக் கடிதங்களைப் படிப்பது ஆபிரஹாமுக்கு மிகவும் பிடித்த விஷயம்.

சாரா புஷ் சில புத்தகங்களைத் தன்னுடன் கொண்டு வந்திருந்தார். பைபிள், ஈசாப் கதைகள், ராபின்ஸன் குரூஸோ, மாலுமி சிந்துபாத், பில்கிரிம்ஸ் ப்ராக்ரஸ், அமெரிக்க வரலாறு, ராபர்ட் பர்ன்ஸின் கவிதைகள்... ஆகியவை சில முக்கியமான புத்தகங் கள்.

பகலில் நேரம் கிடைத்தால் படிப்பது ஒன்றும் பிரச்னை இல்லை. வெளிச்சம் இருக்கும். எளிதாகப் படித்துவிடலாம். இரவில் படிப்பதுதான் சிரமமாக இருந்தது. வீட்டில் மின் விளக்குகள் கிடையாது. அவனுடைய சித்தி தயாரிக்கிற மெழுகுவர்த்திகள் ஞாயிற்றுக் கிழமை பிரார்த்தனையிலும் விசேஷ நாள்களிலும் தான் ஏற்றப்பட்டன. அந்த எளிய வீட்டில், இரவில் வெளிச்சம் தருகிற ஒரே விஷயம் அடுப்புதான். அடுப்பு எரிகிறபோது, அந்த வெளிச்சத்தில் படிப்பான் ஆபிரஹாம்.

ஒரு முறை, வீம்ஸ் (Weems) என்பவர் ஜார்ஜ் வாஷிங்டனின் வரலாறை விரிவாக எழுதியிருப்பதாகக் கேள்விப்பட்டான், ஆபிரஹாம்.

அதைக் கேள்விப்பட்ட தினத்திலிருந்து அந்தப் புத்தகத்தை எப்படியாவது வாங்கிப் படித்துவிடவேண்டும் என்கிற வேட்கை அவனைப் பற்றிக் கொண்டது. அந்தப் புத்தகம் யாரிடமாவது இருக்கிறதா என்று அக்கம்பக்கத்தில் இருப்பவர்கள், பக்கத்து ஊர்க்காரர்கள் என, பார்க்கிற எல்லோரிடமும் கேட்க ஆரம்பித் தான்.

அப்போது ஆபிரஹாமுக்குப் பதினான்கு வயது. யாரோ ஒருவர் ஜோஸய்யா கிராஃபோர்டு என்ற விவசாயியிடம் அந்தப் புத்தகம் இருப்பதாகச் சொன்னார். உடனே கிளம்பிவிட்டான் ஆபிர ஹாம். ஆபிரஹாமுக்கு அவரை நன்கு தெரியும். அவருடைய வயலில் சில சமயங்களில் வேலைகூடப் பார்த்திருக்கிறான் ஆபிரஹாம்.

கிராஃபோர்டு இருக்கும் ஊர் பக்கத்தில் இல்லை. பன்னிரண்டு மைல் தூரம் தள்ளியிருந்தது. விறுவிறுவென நடந்தான்.

வழக்கமான உபசாரங்களுக்குப் பிறகு, அவன் அவரைத் தேடி வந்த காரணத்தைக் கேட்டார் கிராஃபோர்டு.

'வீம்ஸ் எழுதின ஜார்ஜ் வாஷிங்டனோட வாழ்க்கை வரலாறுப் புத்தகத்தைக் கொடுங்களேன். படிச்சுட்டுத் தந்துடறேன்.'

அவர் யோசனையோடு பார்த்தார். படிக்க வேண்டும் என்ற ஆவலில் இத்தனை மைல்கள் நடந்து வந்திருக்கும் அவனைப் பார்க்கப் பார்க்க அவருக்கு ஆச்சரியமாக இருந்தது.

'சரி. தர்றேன். எப்போ திருப்பித் தருவே?'

'எவ்வளவு சீக்கிரம் முடியுமோ அவ்வளவு சீக்கிரம் தந்துடறேன் ஐயா.'

'நான் புத்தகத்தை ரொம்பக் கவனமாப் பாதுகாக்கிறவன். கசங்காம, கிழியாம ஒழுங்காத் திருப்பித் தந்துடுவியா?'

'தந்துடுவேன்.'

கிராஃபோர்டு உள்ளே போனார். அந்தப் புத்தகத்தை எடுத்து வந்து அவன் கையில் கொடுத்தார். அவனுக்கு அப்படியே வானத்தில் மிதக்கிற மாதிரி இருந்தது. அவருக்கு நன்றி சொல்லி விட்டு நடந்தான். புத்தகத்தைப் புரட்டிப் புரட்டிப் பார்த்தான். நடந்து கொண்டே படித்தான்.

அவன் வீட்டுக்கு வருவதற்குள் இருட்டிவிட்டது. அடுப்பு வெளிச்சத்தில் உட்கார்ந்து படித்தான். தூங்குகிற நேரம் வரும் வரை படித்துவிட்டு, புத்தகத்தை சுவரின் இடுக்கில் சொருகி வைத்துவிட்டுத் தூங்கிப் போனான்.

அன்றைக்கு அவனுக்கு ஆழ்ந்த உறக்கம். அதற்காகவே காத் திருந்ததுபோல, சொல்லாமல் கொள்ளாமல் திடீரென்று வந்தது காற்றுடன் கூடிய மழை. ஆபிரஹாம் அசந்து உறங்கிக் கொண்டு இருக்க, வெளுத்து வாங்கிய மழை அவன் இரவல் வாங்கி வந்த புத்தகத்தை ஈரமாக்கி நைந்து போகச் செய்துவிட்டது.

காலையில் எழுந்து புத்தகத்தைப் பார்த்த ஆபிரஹாம் பதறிப் போனான். புத்தகம் தொப்பலாக நனைந்திருந்தது. சில பக்கங்கள் கிழிந்து போயிருந்தன. அவனுக்கு என்ன செய்வதென்றே தெரிய வில்லை. இரவல் கொடுத்தவருக்குப் பதில் சொல்லியாக வேண்டுமே!

அந்தச் சூழ்நிலையிலும் புத்தகத்தை வெயிலில் காய வைத்தான். அவன் படிக்காமல் விட்ட பக்கங்களைப் படித்து முடித்தான். புத்தகத்தைக் கையில் எடுத்துக் கொண்டு கிராஃபோர்டைப் பார்க்கக் கிளம்பினான். அவரது ஊரை நோக்கி நடந்தான்.

கிராஃபோர்டு அவனை ஆச்சரியமாகப் பார்த்தார்.

'என்ன ஆபிரஹாம்! அதுக்குள்ள படிச்சு முடிச்சுட்டியா?'

'ஆமாங்கய்யா. ஆனா, ஒரு சின்ன தப்பு நடந்து போச்சு.'

'தப்பா?'

'நேத்து ராத்திரி பெய்ஞ்ச மழையில புத்தகம் நனைஞ்சுப் போச்சு.'

புத்தகத்தை நீட்டினான். புத்தகத்தை வாங்கிப் பார்த்த கிராஃபோர்டின் முகம் சுருங்கியது.

'மன்னிச்சுக்கங்க ஐயா! என்னோட கவனக் குறைவினாலதான் புத்தகம் கிழிஞ்சுப் போச்சு. அதுக்கான முழுப் பொறுப்பையும் நான் ஏத்துக்கறேன்.'

'பொறுப்பை ஏத்துக்கறேன்னா, புத்தகத்துக்கான பணத்தைக் கொடுத்துடுவியா?'

'ஆமாங்கய்யா. புத்தகத்துக்கு உண்டான பணத்தைக் கொடுத்துடணும்னுதான் நினைக்கிறேன். ஆனா, என்கிட்ட அவ்வளவு பணம் இல்லை. நீங்க அனுமதிச்சீங்கன்னா, அந்தப் பணத்துக்குண்டான தொகைக்கு நான் உழைக்கத் தயாரா இருக்கேன். உங்க வயல்லயே வேலை பார்த்துக் கழிச்சுடறேன்.'

ஆபிரஹாமின் யோசனையை கிராஃபோர்டு ஏற்றுக் கொண்டார். அந்தப் புத்தகத்தின் மதிப்பு எழுபத்தைந்து சென்ட்டுகள். ஆபிரஹாம் போன்ற தொழிலாளர்கள் அவரது வயலில் வேலை பார்த்தால், அவர் கொடுக்கும் கூலி ஒரு நாளைக்கு இருபத்தைந்து சென்ட்டுகள். ஆக, ஆபிரஹாம் அவரிடம் மூன்று நாள்கள் வேலை பார்க்க வேண்டும் என்று முடிவானது. அதற்கு பதிலாக கிழிந்த புத்தகத்தை ஆபிரஹாமே வைத்துக் கொள்ளலாம். சந்தோஷமாக மூன்று நாள்கள் வேலை பார்த்தான் ஆபிரஹாம்.

'தி லைஃப் ஆஃப் வாஷிங்டன்' என்ற அந்தப் புத்தகத்தைத் திரும்பத் திரும்பப் படித்தான் ஆபிரஹாம். எங்கு போனாலும் அவனுடன் கூடவே வந்தது அந்தப் புத்தகம். அந்தப் புத்தகத்தைப் படித்ததிலிருந்து, ஜார்ஜ் வாஷிங்டன் அவனுக்கு மிகப் பெரிய ஹீரோவாகத் தெரிந்தார்.

★

தாமஸ் லிங்கனின் பண்ணை மிகச் சிறியது. ஆபிரஹாம் தந்தையுடன் அந்தப் பண்ணையில் வேலை பார்ப்பான். வேலை இல்லாத நாள்களில் அருகிலுள்ள வேறு பண்ணைகளுக்கு ஆபிரஹாமைக் கூலி வேலைக்கு அனுப்புவார் தாமஸ். வேலை பார்க்கும்போதுகூட இடையிடையே புத்தகம் படித்துக் கொண்டிருப்பான் ஆபிரஹாம். படிப்பதோடு, இடையிடையே உடன் வேலை பார்ப்பவர்களுக்குக் கதைகள் சொல்வான். வேடிக்கையாகப் பேசுவான். இதெல்லாம் தாமஸுக்கு சுத்தமாகப் பிடிக்காது. ஒரு மனிதன் எழுதவும் படிக்கவும் தெரிந்து கொண்டால் போதாதா? மேற்கொண்டு படித்துக் கொண்டே இருக்க வேண்டுமா?

ஒரு நாள் பக்கத்திலிருந்த ஒரு வயலுக்குக் கூலி வேலைக்குப் போனான் ஆபிரஹாம். அங்கு சில மரங்களை வெட்ட வேண்டியிருந்தது. கொஞ்ச நேரம் வேலை பார்த்தான். பிறகு, கோடாலியைக் கீழே போட்டுவிட்டு ஒரு புத்தகத்தை எடுத்துப் படிக்க ஆரம்பித்துவிட்டான். அந்த நிலத்தின் உரிமையாளர் வந்தார். ஆபிரஹாம் வேலை பார்க்காமல் புத்தகம் படித்துக் கொண்டிருப்பதைப் பார்த்தார்.

'என்னப்பா, படிச்சுக்கிட்டு இருக்கியா?'

'ஆமாம், சட்டம் படிச்சிட்டிருக்கேன்.'

இதைக் கேட்டதும், உரிமையாளருக்கு ஆச்சரியத்தை அடக்க முடியவில்லை. இருந்தாலும் வேலை கொடுத்தவராயிற்றே! அடக்க மாட்டாமல் கேட்டார்.

'உங்க அப்பா தாமஸ் லிங்கன் எவ்வளவு கடுமையான உழைப்பாளி தெரியுமா? அவர் மகனா நீ? வேலை நேரத்துல சோம்பேறி மாதிரி புத்தகம் படிச்சுக்கிட்டு இருக்கியே? உங்கப்பா எப்படி வேலை பாக்கணும்னு உனக்கு சொல்லிக் கொடுக்கலியா?'

‘நீங்க சொல்றதெல்லாம் உண்மைதாங்கய்யா. எங்கப்பா வேலை பாக்கறதுக்குக் கத்துக் கொடுத்தாரு. ஆனா, வேலையை நேசிக்கக் கத்துக் கொடுக்கலை.’

தாமஸ் லிங்கனுக்கு ஆபிரஹாமின் இப்படிப்பட்ட நடவடிக்கை யெல்லாம் கொஞ்சமும் பிடிக்கவில்லை. அடிக்கடி கண்டித்துக் கொண்டே இருப்பார். ஒருமுறை ஓங்கி அறைந்துகூட இருக் கிறார். அறையை வாங்கிக் கொண்டு ஆபிரஹாம் அழுதானே தவிர, எப்போதும் போலத் தன் வேலைகளை செய்து கொண்டே இருந்தான்.

ஆபிரஹாம் லிங்கன் அவ்வப்போது தன் சகோதர சகோதரி களையும் ஊர்ச் சிறுவர்களையும் கூட்டி வைத்துக் கொண்டு, தனக்குத் தெரிந்த வேடிக்கை கதைகளைச் சொல்வான். புதிர் போடுவான். தான் படித்த புத்தகங்களிலிருந்து மிகமுக்கியமான பகுதிகளை அவர்களுக்கு வாசித்துக் காட்டுவான். அல்லது மேடையில் முழங்குவதுபோல ஒரு சிற்றுரை ஆற்றுவான்.

ஆபிரஹாமைப் பார்த்தால், சரித்திரத்தில், புகழ்மிக்கத் தலைவர் களில் ஒருவனாக இந்தச் சின்னப்பையன் இடம்பெறப் போகி றான், என்று யாராலும் கற்பனைகூட செய்ய முடியாது. அணில் தோல் அல்லது தேவாங்கின் தோலால் செய்யப்பட்ட மிகச் சாதாரணமான தொப்பியைத் தலையில் அணிந்திருப்பான். துணியால் செய்த கால் சட்டைகளுக்குப் பதிலாக, மான் தோலால் தயாரிக்கப்பட்ட கால் சட்டையை அணிந்திருப்பான். அந்தக் கால் சட்டையும் மிகவும் குட்டையாக இருக்கும். கோடை காலத்தில் கைத்தறித் துணியில் தயாரித்த சட்டையையும் குளிர்காலத்தில் மான் தோலால் செய்யப்பட்ட சட்டையையும் அணிந்திருப்பான். அவனுடைய ஷூக்கள் முரட்டுத் தனமான மாட்டுத் தோலால் செய்யப்பட்டவை. ஞாயிற்றுக் கிழமைகளிலும் குளிர்காலத் திலும் மட்டுமே அவன் ஷூக்களை அணிவான்.

ஆபிரஹாமின் குடும்பம் மிகக் குறைந்த வருமானத்தில், ஏழைமையான சூழ்நிலையில் வாழ்ந்து கொண்டிருந்தது. சோள மாவில் செய்த ரொட்டியைத்தான் அவர்கள் சாப்பிட்டார்கள். எப்போதாவது வேட்டையாடிக் கிடைக்கும் மான், முயல் போன்ற மிருகங்கள்தான் அவர்களது இறைச்சி. மரத்தாலும் மண்ணாலும் செய்யப்பட்ட பாத்திரங்கள்தான் அந்த வீட்டில் இருந்தன. ஸ்டவ் கிடையாது, விறகடுப்புதான்.

சில சமயங்களில் மாலை நேரத்தைக் கழிப்பதற்காக அருகில் இருந்த ஜென்ட்ரி வில்லி (Gentryville) என்ற கிராமத்துக்குப் போவான். அந்தக் கிராமத்து மக்கள் அவன் சொல்லும் வேடிக்கை கதைகளையும் நகைச்சுவைகளையும் சுற்றி நின்று ரசித்துக் கேட்பார்கள். இவ்வளவு சின்ன வயதில் இந்தப் பையனுக்குள் இவ்வளவு விஷயமா என்று வியந்து போவார்கள்.

படிப்பதோடு நின்றுவிடவில்லை ஆபிரஹாம். தனக்குத் தோன்றியதை எழுதியும் பார்ப்பான். மிகச் சிறிய வயதிலேயே, சின்னச் சின்ன வாக்கியங்களைக்கொண்டு, கட்டுரைகளை எழுதினான். சிறுவர்கள் ஆமைகளைப் பிடித்து அதன் மேல் நெருப்பைக் கொளுத்திப்போட்டு விளையாடுவார்கள். அதைப் பார்க்கும்போதெல்லாம் ஆபிரஹாம் வருத்தப்படுவான். இந்தக் கொடுமையைப் பற்றி, விலங்குகளுக்கு நேரும் அவலங்களைப் பற்றி ஒரு கட்டுரையை எழுதினான்.

அப்போது ஆபிரஹாம் லிங்கனுக்குப் பதினாறு வயது. கோர்ட்டில் வக்கீல்கள் வாதாடுவதைக் கேட்க வேண்டும் என்ற ஆசை அவனுக்கு நீண்ட நாள்களாகவே இருந்தது. பூன்வில்லி (Booneville) என்ற ஊரில் ஒரு கோர்ட் இருந்தது. பூன்வில்லிக்குப் போக பதினாறு மைல் பயணம் செய்ய வேண்டும். அப்போது பூன்வில்லியில் ஒரு கொலை வழக்கு விசாரணைக்கு வரப் போகிறது என்றும் அதில் புகழ்பெற்ற வழக்கறிஞர் ஒருவர் வாதாடப்போகிறார் என்றும் கேள்விப்பட்டான் ஆபிரஹாம். பதினாறு மைல் தூரம் நடந்தே பூன்வில்லிக்குப் போனான்.

வக்கீல்கள் வாதாடுவதை ஆச்சரியம் பொங்கப் பார்த்தான். அரசுத் தரப்பில் வாதாடிய வக்கீல், மிகத் திறமையாக வாதாடினார். தன் வாதங்களை அழுத்தந்திருத்தமாக வைத்தார். கோர்ட் கலைந்ததும், ஆபிரஹாம் அந்த வழக்கறிஞர் இருந்த அறைக்குப் போனான்.

'இந்த மாதிரியான அற்புதமான பேச்சை நான் இதுவரைக்கும் கேட்டதில்லை. ரொம்ப அருமையாப் பேசினீங்க' என்றபடி கைகுலுக்குவதற்காகத் தன் கையை நீட்டினான். அந்த வழக்கறிஞர் அவனை வெறித்துப் பார்த்தார். உயரமான, ஒல்லியான பையன். அழுக்கான ஜீன்ஸ் கோட்டையும் மான் தோலாலான டிரவுசரையும் அணிந்திருக்கிறான். ஷூ அணியாத வெறுமையான கால்கள். அவனுடைய ஏழைமையான தோற்றத்தைப் பார்த்து என்ன நினைத்தாரோ, பதில் எதுவும் சொல்லாமல், கை

குலுக்காமல் அவர் பாட்டுக்குப் போய்விட்டார். துடித்துப் போனான் ஆபிரஹாம்.

ஆனால், அந்தக் கோர்ட்டுக்குப் போய்விட்டு வந்ததிலிருந்து, தானும் ஒரு வழக்கறிஞனாக வேண்டும் என்ற எண்ணம் ஆபிரஹாமுக்கு எழுந்தது. எதிர்காலத்தில் ஒரு வழக்கறிஞராக உருவாகி, கோர்ட்டில் மிகச் சிறப்பாக வாதாட வேண்டும் என்று முடிவு செய்து கொண்டான். அதற்கான முயற்சிகளையும் தொடங்கினான். கிட்டத்தட்ட பன்னிரண்டு மைல் தூரம் வெறும் காலோடு நடந்துபோய், ஒரு வழக்கறிஞரிடம் சில சட்டப் புத்தகங்களை இரவல் வாங்கி வந்தான். அமெரிக்க அரசியல் அமைப்புச் சட்டங்கள், இண்டியானா மாகாண சட்டம் ஆகிய புத்தகங்கள். அவற்றை இரவு பகலாகப் படித்து மனத்தில் உருவேற்றிக் கொண்டான். அப்போதுதான் அவனுக்கு அமெரிக்க விடுதலைப் பிரகடனத்தைப் பற்றிப் படிக்கும் வாய்ப்பும் கிடைத்தது.

பூன்வில்லியில் பார்த்த வழக்கறிஞரைவிடப் பெரிய வழக்கறிஞராக, தான் ஆகவேண்டும் என்று விரும்பினான் ஆபிரஹாம். எப்போது பார்த்தாலும் அதைப் பற்றியே யோசித்துக் கொண்டு இருப்பான்.

வீட்டுக்கு முன்னால் தன் சகோதர சகோதரிகளையும் நண்பர்களையும் கூட்டி வைத்துக் கொண்டு, கோர்ட் விளையாட்டு விளையாடுவான். அந்த விளையாட்டில் அவன்தான் நீதிபதி, அவன்தான் வக்கீல். வக்கீலாக நடிக்கும்போது, உணர்ச்சிகரமாகப் பேசுவான். இந்த விளையாட்டைக் குழந்தைகள் மட்டுமல்லாமல், பெரியவர்களும் ரசிப்பார்கள். தாமஸ் மட்டும், ஆபிரஹாம் பேசத் தொடங்கியதும் கூட்டம் கூடிவிடுவதைப் பொருமியபடி பார்த்துக் கொண்டிருப்பார்.

விளையாட்டு, பேச்சு, புத்தகம் படிப்பது என்று சுற்றிக் கொண்டிருந்தாலும் ஆபிரஹாம் உள்ளத்தில் ஒரு லட்சியம் இருந்தது.

ஒரு முறை தன் நண்பன் ஒருவனிடம் ஆபிரஹாம் சொன்னான். 'நீ வேணும்னா பாரு. ஒரு நாள் நான் இந்த அமெரிக்காவுக்கு ஜனாதிபதியாகப் போறேன்.'

அடிமைகளின் கதை

2

தாமஸ் லிங்கனின் நண்பர்களில் ஒருவர் சொந்தமாக ஒரு படகு வைத்திருந்தார். அது ஓஹியோ ஆற்றைக் கடக்கும் பயணிகளை இக்கரைக்கும் அக்கரைக்குமாக ஏற்றிச் சென்று கொண்டிருந்தது. மிகச் சிறிய படகு. மூன்று அல்லது நான்கு பேர் ஏறிச் செல்ல முடியும். படகு ஓட்டுவதற்குத் தகுந்த ஆள் இல்லாமல் தவித்துக் கொண்டிருந்தார் அந்த நண்பர்.

தாமஸ் லிங்கன், ஆபிரஹாமை தன் நண்பரிடம் வேலைக்குச் சேர்த்துவிட்டார். வாரத்துக்கு இரண்டரை டாலர் கூலி. அந்தப் பணத்தை அப்படியே தாமஸிடம் கொடுத்து விடுவது என்று முடிவானது.

ஆபிரஹாமுக்கு அது புதிய அனுபவம். விதவிதமான மனிதர்களை அவன் சந்திக்க நேர்ந்தது. அந்த மனிதர்களும் புத்தகத்தைப் போலவே அவனுக்குப் புதிது புதிதாகப் பாடங்களைக் கற்றுக் கொடுத்தார்கள்.

ஒரு நாள் கரையில் நின்று கொண்டிருந்தான் ஆபிரஹாம். இரண்டுபேர் ஓடி வந்தார்கள். இருவர் கைகளிலும் பெட்டிகள்.

'தம்பி! எங்களை அந்த நீராவிப் படகுல கொண்டு போய் விட முடியுமா? ரொம்ப அவசரம்' என்றபடி ஒருவர் படகில் ஏறினார். இன்னொருவரும் படகில் ஏறிக் கொண்டார். ஆபிரஹாம் அப்போதுதான் கவனித்தான். ஆற்றுக்கு நடுவே ஒரு சிறிய நீராவிப் படகு புறப்படும் நிலையில் நின்று கொண்டிருந்தது. நீராவிப் படகைப் பிடிப்பதற்காகத்தான் இருவரும் துடித்துக் கொண்டிருக்கிறார்கள் என்பது அவனுக்குப் புரிந்தது.

உடனே படகைச் செலுத்தியபடி, குரலெழுப்பி சைகை காட்டினான். படகில் இருவர் வருவதை நீராவிப்படகைச் செலுத்துபவர்களுக்கு உணர்த்தினான். நீராவிப் படகும் சிறிது தாமதித்தது. வேகவேகமாகப் படகைச் செலுத்திக் கொண்டு போய் அதனருகே நிறுத்தினான். இருவரும் ஏறினார்கள்.

ஆபிரஹாம் தன் படகைத் திருப்பினான். நீராவிப் படகில் ஏறிய இருவரும் படகை நோக்கி ஆளுக்கு ஒரு வெள்ளி நாணயத்தை வீசி எறிந்தார்கள். அவற்றைக் குனிந்து எடுத்தான் ஆபிரஹாம். அவன் கண்கள் வியப்பால் விரிந்தன. ஒவ்வொன்றும் அரை டாலர். ஒரே நேரத்தில் அவ்வளவு பணத்தை அவன் இதற்கு முன் எப்போதும் சம்பாதித்ததில்லை. அதுவும் சில நிமிடங்களில்.

குளிர்காலம் வந்தது. படகில் பயணம் செய்பவர்களின் எண்ணிக்கைக் குறைந்து போனது. ஆற்று நீர் பனிக்கட்டியாக உறையத் தொடங்கியதும் வீட்டுக்குத் திரும்பினான் ஆபிரஹாம்.

★

அப்போது ஆபிரஹாமுக்குப் பத்தொன்பது வயது. வயதுக்கு மீறிய வளர்ச்சி. உறுதியான ஆஜானுபாகுவான உடம்பு. உயரம் மட்டும் கிட்டத்தட்ட ஆறடி நான்கு அங்குலம். மிக வேகமாக ஓடுவார். அவருடைய சகாக்களில் யாராலும் அவர் பக்கத்தில் கூட நிற்க முடியாது.

கரடுமுரடான பழக்கவழக்கங்களை உடைய மக்களோடு வாழ்ந்து பழகியிருந்தாலும் ஆபிரஹாம் லிங்கனுக்கு எந்தக் கெட்ட பழக்கமும் கிடையாது.

பண்ணையில் வேலை பார்ப்பதைவிடவும் விறகு வெட்டுவதை விடவும் ஆபிரஹாம் லிங்கனுக்கு படகு ஓட்டுவது மிகவும்

பிடித்திருந்தது. இந்த ஒரு விஷயத்தில் மட்டும் தாமஸ் லிங்க னால் படகு ஓட்டக் கூடாது என்று ஆபிரஹாமைக் கட்டாயப் படுத்த முடியவில்லை.

ஆபிரஹாம் இருந்த கிராமத்தில் ஜென்ட்ரி (Gentry) என்று ஒருவர் இருந்தார். கிராமத்திலேயே சிறிய பலசரக்குக் கடை ஒன்றை வைத்து நடத்திக் கொண்டிருந்தார். குளிர்காலத்தில் மூட்டை மூட்டையாக, நவதானியங்களையும் இறைச்சிக்குப் பயன்படும் பன்றிகளையும் அவர் குறைந்த விலைக்கு வாங்கினார். வசந்த காலம் வந்ததும் அவற்றை ஒரு படகில் ஏற்றி, நியூ ஆர்லியன்ஸ் நகரத்துக்குக் கொண்டு போய் நல்ல விலைக்கு விற்றுவிடலாம் என்பது அவரது எண்ணம்.

படகில் பொருள்களை ஏற்றி, பத்திரமாகக் கொண்டு சென்று நல்ல விலைக்கு விற்றுவிட்டு வர நம்பிக்கையான ஆள் வேண் டுமே! அதற்கு அவர் தேர்ந்தெடுத்த நபர் ஆபிரஹாம் லிங்கன்.

ஆபிரஹாமும் படகை ஓட்டி, அவருடைய சரக்குகளை நியூ ஆர்லியன்ஸில் விற்றுவிட்டு வர சம்மதித்தார். கூலியாக ஒரு மாதத்துக்கு எட்டரை டாலர் பணம் கொடுப்பது என்று பேரம் பேசி முடிவானது. அந்தத் தொகையை தாமஸ் லிங்கனிடம் கொடுத்துவிடுவது என்று முடிவானது.

ஆற்றில் இருந்த பனி கரைந்து உருகியதும் பயணம் தொடங் கியது. அந்தப் பயணத்தில் ஆபிரஹாமுடன் பயணம் செய்த ஒரே நபர் ஆலன் (Allen).. ஜென்ட்ரியின் மகன். அது ஒரு நீண்ட பயணம். பல கஷ்டங்களை அவர்கள் எதிர்கொள்ள வேண்டியிருந்தது.

ஓர் இரவுப் பொழுதில், படகைக் கரையோரமாகக் கட்டிப் போட்டுவிட்டு, இருவரும் உறங்கினார்கள். நடு நிசியில் கறுப்பினக் கொள்ளையர்கள் சிலர் படகிலிருந்த பொருள்களைக் கொள்ளையிட வந்தார்கள். ஆபிரஹாம் லிங்கனையும் ஆலனை யும் மிகக் கடுமையாகத் தாக்கினார்கள். ஆனால் தைரியமாக அவர்களோடு சண்டையிட்டு, அவர்களை விரட்டியடித்தார் ஆபிரஹாம். அந்தச் சண்டையில் அவருடைய கண்ணுக்கு மேல் நெற்றியில் ஏற்பட்ட வடு நிரந்தரமாகிப் போனது.

கடைசியாக, அவர்கள் மிகப் பெரிய தென்பகுதி நகரமான நியூ ஆர்லியன்ஸை அடைந்தார்கள். தாங்கள் கொண்டு போன பொருள்களையும் படகையும் விற்றுவிட்டு, ஒரு வாடகை நீராவிப் படகில் ஏறி வீடு திரும்பினார்கள்.

ஸ்பென்சர் கவுன்ட்டியில் மரங்களுக்குப் பின்னால் இதுவரை வாழ்ந்து வந்தது எவ்வளவு குறுகிய வாழ்க்கை என்பதும், உலகம் எவ்வளவு பரந்து விரிந்தது என்பதும் அவருக்குப் புரிந்தது. எதிர் காலத்தில் தன் பெயர் நிலைத்து நிற்க தான் ஏதாவது செய்தாக வேண்டும் என்பது அவருக்குப் புரிந்தது.

பழைய கென்டகி வீட்டில் அவர் தன் அம்மாவின் காலடியில் அமர்ந்திருக்க, அம்மா நான்ஸி சொல்லிக் கொடுத்ததெல்லாம் அவர் நினைவுக்கு வந்தது.

அப்பாவுடனேயே தங்கியிருக்கவும், அவரோடு சேர்ந்து உழைப்பதற்கும், தான் சம்பாதிப்பதையெல்லாம் அவரிடம் தரவும் முடிவு செய்தார். இருபத்தொரு வயது வரைக்கும் ஆபிரஹாம் லிங்கனிடம் இருந்த இந்த உறுதி, கொஞ்சமும் தளரவில்லை.

★

1830. வசந்த காலத்தின் முன் பகுதி. தாமஸ் லிங்கன் இண்டியானாவில் இருந்த வீட்டையும் நிலத்தையும் விற்றுவிட்டு, குடும்பத்தோடு இல்லினாய்ஸுக்கு (Illinois) இடம் பெயர்ந்தார். நான்கு காளைகள் பூட்டிய வண்டியில், வீட்டுப் பொருள்களை எல்லாம் ஏற்றினார்கள். ஆபிரஹாமின் சித்தியும் சகோதரிகளும் வண்டியில் ஏறிக் கொள்ள வண்டி கிளம்பியது.

ஆபிரஹாம், கையில் ஒரு சவுக்கை எடுத்துக் கொண்டு, ரோட்டில் நடந்தபடி மாடுகளை ஓட்டிக் கொண்டு போனார். மிக நீண்ட கடினமான இரு வாரப் பயணம் அது. தாமஸ் லிங்கன் புதிதாகக் குடியேறத் தேர்ந்தெடுத்திருந்தப் பகுதி, டிகாடர் (Decatur) என்ற நகருக்கு மேற்கே சங்கமன் ஆற்றுக்கு வடக்கே பழைய இடத்திலிருந்து 200 மைல் தொலைவுக்கு அப்பால் இருந்தது. அங்கே அவர்களுடைய புது வீட்டைக் கட்டுவதென்று முடிவு செய்தார் தாமஸ் லிங்கன்.

ஆபிரஹாம் லிங்கனின் வயது அப்போது இருபத்தொன்றைத் தாண்டியிருந்தது. அந்த வசந்த காலம் முழுக்க அவர் தன் தந்தையுடன் இருந்தார். நிலத்துக்கு வேலி போடுவதற்கும் தானியங்களை விதைப்பதற்கும் அப்பாவுக்கு உதவியாக இருந்தார்.

தாமஸ் லிங்கன், ஆபிரஹாமுக்குப் பணம் எதுவும் கொடுப்பதில்லை. ஆபிரஹாமின் ஆடைகள் எல்லாமே சிறியதாகவும்

கிழிந்தும் போய்விட்டன. புது ஆடைகள் வாங்க அவரிடம் காசும் இல்லை.

அவர்களது வீட்டிலிருந்து மூன்று மைல் தூரத்தில் நான்ஸி மில்லர் என்ற பெண்மணி இருந்தார். நான்ஸி மந்தை மந்தையாக ஆடுகளை வளர்த்து வந்தார். அதோடு சொந்தமாகச் சில நூல் நூற்கும் இயந்திரங்களும் தறியும் வைத்திருந்தார். அவை எப்போதும் பரபரப்பாக இயங்கிக் கொண்டிருந்தன. அவர் வீட்டிலேயே ஆடைகளைத் தயாரித்து விற்பனை செய்து வந்தார்.

நான்ஸியிடம் இரண்டு கால்சட்டைகளை வாங்கினார் ஆபிரஹாம். அதற்குப் பதிலாக, நான்ஸி தைப்பதற்குத் தோதாக, துணி உருளையிலிருந்து, கஜம் கஜமாக நானூறு துண்டுகள் கிழித்துக் கொடுக்க வேண்டும். அவருக்கான கால் சட்டைகள் தயாராவதற்குள் ஆயிரத்தி நானூறு துண்டுகளைக் கிழித்துக் கொடுத்தார் ஆபிரஹாம்.

★

புதிய இடத்தின் பருவ நிலை லிங்கன் குடும்பத்தினருக்கு ஒத்துக் கொள்ளவில்லை. குளிரும் காற்றும் வாட்டியெடுத்தன. குடும்பத்தில் உள்ளவர்களுக்கு ஒருவர் மாற்றி ஒருவராக உடம்புக்கு ஏதாவது வந்து கொண்டே இருந்தது. தாமஸ் லிங்கன் வேறு இடத்துக்கு இடம் பெயர முடிவு செய்தார். அதன்படி, மீண்டும் லிங்கன் குடும்பம் இல்லினாய்ஸில் இருந்த கோல்ஸ் மாவட்டத்துக்கே குடி பெயர்ந்தது. ஆபிரஹாம் லிங்கன் அந்த முறை குடும்பத்தோடு செல்லவில்லை. தனியாக இருப்பதென முடிவு செய்தார்.

அடுத்த ஏப்ரலில் ஆபிரஹாமுக்கு மறுபடியும் படகு ஓட்டும் வாய்ப்பு கிடைத்தது. டெண்டன் ஆஃபட் (Denton Offutt) என்பவரின் சரக்குகளை ஏற்றிக்கொண்டு, மிசிசிப்பியிலிருந்து நியூ ஆர்லியன்ஸுக்குப் போக வேண்டியிருந்தது. சங்கமன் ஆற்றின் அருகே இருந்த ஸ்பிரிங்ஃபீல்டில் இருந்தார் டெண்டன் ஆஃபட்.

ஸ்பிரிங்ஃபீல்டுக்குப் போனவுடன், ஆஃபட்டின் வணிகப் பொருள்களான பன்றி இறைச்சி, தானியங்கள் ஆகியவற்றைப் படகில் ஏற்றிக்கொண்டார்கள். நியூ ஆரிலியன்ஸுக்குக் கிளம்பினார்கள்.

இந்த முறை ஆபிரஹாமுக்குத் துணையாகப் படகில் பயணம் செய்தவர் ஜான் ஹேங்க்ஸ். உறவினர். டெண்டன் ஆஃபட்டும் கூட வந்தார். கடந்த படகுப் பயணத்தில் கிடைக்காத மிக மோசமான அனுபவங்கள் எல்லாம் இந்தப் பயணத்தில் ஆபிரஹாம் லிங்கனுக்குக் கிடைத்தன.

★

இந்த இடத்தில் அப்போதிருந்த அமெரிக்கச் சூழலைத் தெரிந்து கொள்வது, மேற்கொண்டு இந்த நூலைப் படிப்பதற்கு உதவியாக இருக்கும்.

அப்போது அமெரிக்கா முழுவதும் அடிமைகள் பிரச்னை பெரிய ஜ்வாலையுடன் திகுதிகுவென எரிந்து கொண்டிருந்தது. குற்ற உணர்ச்சியே இல்லாமல் ஒரு மனிதனை இன்னொரு மனிதன் அடிமையாக வைத்திருந்த பழக்கம் பல நூறு ஆண்டுகளுக்கு அமெரிக்காவில் இருந்தது.

1492-ம் ஆண்டு ஸ்பெயினிலிருந்து கிளம்பிச் சென்று அமெரிக்கக் கண்டத்தைக் கண்டுபிடித்தார் கொலம்பஸ். அமெரிக்க அடிமைகள் வரலாறு அன்றைக்கு ஆரம்பித்தது. அமெரிக்கா நல்ல வளமான பூமி. அமெரிக்காவை ஆக்கிரமிக்கத் தொடங்கிய ஐரோப்பியர்களுக்கும் போர்ச்சுக்கீசியர்களுக்கும் வேறு நாட்டைச் சேர்ந்த வர்களுக்கும் வேலை பார்க்க ஆள்கள் தேவைப்பட்டார்கள். உள்ளூர் தொழிலாளர்கள் மிக அதிகமான கூலி கேட்டுக் கொண்டிருக்க, 'ரெண்டு வேளை சோறு, துணிமணிங்க மட்டும் கொடுங்க சாமி. நாங்க உழைக்கிறோம்' என்ற குரல் ஆப்பிரிக்காவிலிருந்து கேட்டது. 'நீக்ரோ' என்று அழைக்கப்பட்ட, பஞ்சத்தில் அடிபட்டுக் கிடந்த ஆப்பிரிக்கக் கறுப்பின மக்கள்தான் அந்தக் குரலை எழுப்பினார்கள்.

அவர்கள் கேட்டதைத் தருவதாகச் சொல்லித்தான் ஆப்பிரிக்க கறுப்பின மக்கள் அமெரிக்காவுக்கு அழைத்துவரப்பட்டார்கள். ஆனால், வஞ்சிக்கப்பட்டார்கள். அந்தக் கறுப்பின மக்களின் உழைப்பு மட்டும் சுரண்டப்படவில்லை. உடல், உயிர், மானம் எல்லாம் சேர்ந்தே சுரண்டப்பட்டது. உடல் பலம் இருந்தாலும் கல்வியறிவற்ற, குழுக்களாகச் சிதறிக் கிடந்த அந்த மக்கள் ஆயுதங்களால் அடிபணிய வைக்கப்பட்டார்கள். அடிமைகளாக்கப்பட்டு அமெரிக்காவுக்குக் கொண்டு வரப்பட்டார்கள்.

பல லட்சம் கறுப்பின மக்கள் அடிமைகளாக்கப்பட்டு கப்பல்களில் அடைக்கப்பட்டு அமெரிக்காவுக்குக் கொண்டுவரப்பட்டார்கள். கொண்டுவரும் வழியிலேயே பலர் பசியாலும் சித்திர வதையாலும் இறந்து போனார்கள். 350 ஆண்டுகளில் மட்டும் இப்படி அடிமைகளாக்கப்பட்டு ஆப்பிரிக்காவிலிருந்து கொண்டு வரப்பட்ட கறுப்பின மக்களின் எண்ணிக்கை எவ்வளவு தெரியுமா? ஒன்றரைக் கோடி முதல் இரண்டு கோடி.

அடிமைச் சந்தைகள் உருவாயின. அடிமைகளை வாங்கி விற்கும் புரோக்கர்கள் உருவானார்கள். அநியாயத்துக்குச் சம்பாதித்தார்கள். உலகில் வேறு எந்தத் தேசமும் அமெரிக்காவைப்போல பல நூறு ஆண்டுகளுக்கு அடிமைகளை வைத்துக்கொண்டு வாழவில்லை. வேறு எந்த நாட்டு ஜனாதிபதிகளும் நூற்றுக் கணக்கில் அடிமைகளை வைத்துக் கொண்டு இருந்ததில்லை. அவமானமாக அல்ல; அதை ஒரு தவறாகக்கூட நினைத்துப் பார்க்க முடியாத மனோபாவம், வேறு எந்த நாட்டு மக்களுக்கும் இருந்ததில்லை.

அமெரிக்கர்களைப் பொறுத்தவரை கறுப்பின மக்களுக்கும் ஆடு, மாடு, குதிரை, பன்றி ஆகியவற்றுக்கும் பெரிய வித்தியாசம் எதுவும் இல்லை. அடிமை இறக்குமதி ஓர் அதிகாரபூர்வமான தொழிலாக ஆனது. அடிமைகளாக வந்தவர்களில் சிலருக்கு மட்டும்தான் தாங்கள் அடிமைகளாகப் போகிறோம் என்று தெரிந்திருந்தது. பெரும்பாலானவர்கள் வெளி நாட்டில் போய் உத்தியோகம் பார்க்கப் போகிறோம், கைநிறைய சம்பாதிக்கப் போகிறோம், தங்கள் கஷ்டங்களுக்கெல்லாம் விடிவுகாலம் பிறந்துவிட்டது என்று கனவில் மிதந்து கொண்டிருந்தார்கள்.

இறக்குமதி செய்யப்பட்ட அடிமைகளுக்கு முதலில் மொட்டை அடிக்கப்பட்டு, மார்பிலோ நெற்றியிலோ அவர்கள் இந்த ஏஜெண்டு மூலம் அழைத்துவரப்பட்ட அடிமை என்பதாகப் பச்சை குத்தப்பட்டது. பிறகு, அடிமைகள் மூன்று பிரிவாகப் பிரிக்கப்பட்டு, வீட்டு வேலைக்கும், பண்ணை வேலைக்கும், பெர்சனல் அஸிஸ்டெண்ட்டாகவும் வேலைக்கு அனுப்பப்பட்டார்கள். எந்த வேலையாக இருந்தாலும், சுருக்கமாக அது அடிமை வேலை. வீட்டிலும் பண்ணையிலும் வேலை பார்த்த கறுப்பினப் பெண் அடிமைகள், பாலியல் ரீதியான சித்திரவதைகளுக்கு ஆளானார்கள். பல ஆயிரக்கணக்கான பெண் அடிமைகள் உயிரிழந்தார்கள்.

பதினெட்டாம் நூற்றாண்டைச் சேர்ந்த ஓர் அடிமை வியாபாரி எழுதி வைத்திருந்த குறிப்பு இது.

'கறுப்பினப் பெண்கள் அடிக்கடி பிள்ளை பெற்றுக் கொள்வார்கள். நிறைய பிள்ளைகள் இருந்தால், நிறைய சம்பாதிக்க முடியும் என்பது அவர்களது சித்தாந்தம். அவர்கள் சமூகத்தில் நிறைய குழந்தைகள் பிறக்கவேண்டும் என்று வெள்ளைக்காரர்கள் விளையாட்டாக வேண்டிக் கொள்வார்கள். பணத் தேவையின் பொருட்டுத்தான் அவர்கள் அடிமைகளாக வருகிறார்கள். ஆனால் நாளடைவில் பெரும்பாலான பெண்கள் சித்தம் கலங்கி அரைப் பைத்தியமாகிவிடுகிறார்கள். வெள்ளைக்கார முதலாளிகள் அவர்களையும் விட்டுவைப்பதில்லை.'

அடிமைகளாக்கப்பட்ட கறுப்பின மக்களின் ஓய்வு நேரம், ஒரு நாளைக்கு நான்கு மணி நேரத்துக்கும் குறைவாக இருந்தது. மற்றபடி உழைத்துக் கொண்டே இருக்க வேண்டியதுதான். ஒரு நாள், இரண்டு நாளல்ல; வாழ்நாள் முழுக்க அமெரிக்க அடிமைகள் இப்படித்தான் உழைக்க வேண்டியிருந்தது. அமெரிக்கப் பண்ணையார்கள் ஒவ்வொருவரும் நூற்றுக் கணக்கில், ஆயிரக் கணக்கில் அடிமைகளை வைத்திருந்தார்கள். அவர்களைப் பொறுத்தவரை அடிமைகள் மனிதர்கள் அல்ல. சொத்துகள். சொத்து மாதிரிதான்.

அடிமைகளை வைத்து சூதாடுவது, அடிமைகளை அடமானம் வைப்பது, தனக்குச் சேர வேண்டிய தண்டனைகளை அடிமைகளுக்கு வழங்குவது, மகளுக்குத் திருமணச் சீராக அடிமைகளைத் தருவது ... இதெல்லாம் அமெரிக்காவில் அப்போது நடைமுறையில் இருந்தன. இவ்வளவு ஏன்? கிராமப் பஞ்சாயத்துக்கு வரி கொடுக்க வேண்டுமா? பணத்துக்குப் பதிலாக நான்கு அல்லது ஐந்து அடிமைகளைக் கொடுத்த சம்பவங்கள்கூட நிகழ்ந்திருக்கின்றன.

ஓர் இடத்தில் தேவைக்கதிகமாக அடிமைகள் சேர்ந்துவிட்டால் என்ன செய்வார்கள் தெரியுமா? பொது இடத்தில் ஏலம் விட்டு, அடி மாடுகளை விற்பதுபோல விற்றுவிடுவார்கள். பதினேழாம் நூற்றாண்டின் தொடக்கத்தில் அமெரிக்காவில் ஓர் ஆண் அடிமையின் விலை இருபத்தேழு டாலர்கள். பெண்கள், குழந்தைகளின் விலை அதைவிடக் குறைவு. பதினெட்டாம் நூற்றாண்டில் ஓர் அடிமையின் குறைந்தபட்ச விலை 250 டாலர்கள். அதிகபட்ச

ஆபிரஹாம் லிங்கன் | 41

விலை 1750 டாலர்கள். இதுதவிர, ஒரு கறுப்பினக் குடும்பத்தை பேக்கேஜ் மாதிரி மொத்தமாகவும் விலைக்கு வாங்கிக் கொள்ளலாம். இந்த அடிமை முறைக்கு, அங்கு நிலவி வந்த சட்ட அமைப்புகூட ஒரு காரணம் என்று சொல்லலாம்.

அடிமைகளுக்குச் சட்ட ரீதியிலான உரிமைகள் எதுவும் கிடையாது. அவர்கள் திருமணம் செய்து கொள்ளக்கூடாது. அமெரிக்க அரசியல் குறித்து அவர்கள் பேசக்கூடாது; எந்த அபிப்ராயமும் தெரிவிக்கக்கூடாது. பெண் அடிமைக்குக் குழந்தை பிறந்தால், அந்தக் குழந்தை முதலாளிக்கே சொந்தம் என்றுகூட சட்டம் இருந்தது.

அடிமைகளுக்குப் போதிய உணவு தரப்படவில்லை. இது போதாதென்று வேலையில் சுணக்கம் காட்டினால் சவுக்கடி. வேலை நேரத்தில் தூங்கியதற்காக ஓர் அடிமையின் மூக்கை அறுத்திருக்கிறார் பண்ணையார் ஒருவர். இதுபோல பல அடிமைகளின் காதுகளும் விரல்களும் அறுக்கப்பட்டிருக்கின்றன. வேலை செய்ய மறுத்த அடிமைகளும், எதிர்த்துப் பேசிய அடிமைகளும் பிரத்யேகமான முகாம்களுக்கு அனுப்பப்பட்டார்கள். முகாம் என்பதும் பண்ணைதான். இந்த முகாம்களுக்குச் செல்லும் அடிமைகள், பிழிந்தெடுக்கப்பட்டார்கள். நடைப்பிணமாகத் திரும்பினார்கள்.

முகாம்களிலிருந்து தப்பியோடிய அடிமைகள், வேட்டை நாய்களின் உதவியோடு பிடிக்கப்பட்டார்கள்.

சந்தைகளில் அடிமைகள் விலைகூவி விற்கப்பட்டார்கள். 'நல்ல திடகாத்திரமான, நோய் நொடி இல்லாத இருபத்தேழு வயது அடிமை விற்பனைக்கு... இந்த அடிமையை வாங்குபவர்களுக்கு நன்கு சமைக்கவும் வீட்டுவேலை செய்யவும் தெரிந்த இருபத்தைந்து வயதான இளம் பெண் இலவசம்' அடிமைகளை விலைக்கு வாங்குகிறவர்கள் மாட்டைப் பல்லைப் பிடித்து பார்க்கிற மாதிரி, கிள்ளிப் பார்த்து, எலும்புகளை தட்டிப் பார்த்து வாங்கினார்கள்.

ஒரே குடும்பத்தைச் சேர்ந்த அடிமைகள் ஒரே பண்ணையில் வேலை பார்க்க முடியாது. அப்பா ஒரு பண்ணையில் வேலை பார்த்தால், அம்மா ஐம்பது அறுபது மைல் தள்ளி இன்னொரு பண்ணையில் வேலை பார்ப்பார். குழந்தைகள் வேறு எங்கோ

வேலை பார்ப்பார்கள். குடும்பத்தை ஒன்று சேராமல் மிகக் கவனமாகப் பார்த்துக் கொள்வார்கள். அதேபோல, ஒரே ஊர்க்காரர்களையும் ஒரே ஜாதிக்காரர்களையும் ஒன்றாக வேலை பார்க்க விடமாட்டார்கள்.

ஆனால், அமெரிக்க முதலாளிகளின் புத்திக்கு எட்டாத ஒரு விஷயமும் இருந்தது. இனரீதியாக, ஜாதிரீதியாக அடிமைகளைப் பிரித்து வைத்திருந்தாலும், தொழில்ரீதியாக அவர்கள் ஒரே இனம்தான். அடிமைத் தொழிலாளி இனம். கஷ்டங்களைப் பகிர்ந்து கொள்வதற்கும், ஒருவரது கஷ்டத்தை இன்னொருவர் புரிந்துகொள்வதற்கும் ஜாதியோ, இனமோ ஒரு தடையா என்ன? பண்ணையில் வசித்த அத்தனை அடிமைகளும் ஒரு குடும்பத்தைப் போலவே வாழ்ந்தார்கள். தங்கள் வலிகளை மறக்க, இரவுகளில் வெட்டவெளியில் தீ மூட்டி அற்புதமாக நடனமாடுவார்கள். மட்டரக சாராயத்தைக் குடித்துவிட்டு, சத்தமாகப் பாடுவார்கள். சோகரசம் ததும்பும் அந்தப் பாடல்கள் ஆப்பிரிக்க இலக்கியத்தின் ஆணிவேராக இன்றும் இருக்கின்றன.

அடிமைகளுக்கு வேலைப் பளு ஒரு பக்கம் என்றால், மறுபக்கம் வயிற்றுக்கும் வாய்க்கும் போதாத உணவு. அந்தக் காலத்தில் அமெரிக்காவில், தாழ்த்தப்பட்டவர்களின் உணவாகக் கருதப்பட்ட அரிசிச் சோற்றைத்தான் அடிமைகளுக்குப் போட்டார்கள் அமெரிக்கர்கள்.

பத்து வருடங்களோ, பதினைந்து வருடங்களோ உழைக்க வேண்டும் என்று ஒரு குறிப்பிட்ட காலத்துக்கு ஒப்பந்தம் போட்டுத்தான் அடிமைகளை விலைக்கு வாங்குவார்கள். ஆனால், ஒப்பந்தம் முடிகிறவரை அந்த அடிமைகள் உயிரோடு இருக்க மாட்டார்கள். இயற்கையான மரணமும் நிகழும். ஆனால், தண்டனைகளின் மூலமாகச் சாவதுதான் அதிகம்.

இந்த இடத்தில் அமெரிக்காவின் பூகோள அமைப்பைக் கொஞ்சம் பார்த்துக் கொள்வது அவசியம். அமெரிக்காவின் வடக்குப் பகுதி குளிர்ப் பிரதேசம். குளிர்ப் பிரதேசத்தில் வாழ்வது கறுப்பின மக்களுக்கு ஒத்து வராது. எனவே, பெரும்பாலான கறுப்பின மக்கள், அமெரிக்காவின் தென் பகுதியிலேயே வாழ விரும்பினார்கள். அதனால் அடிமை முறை வடக்குப் பகுதியில் வேரூன்றவில்லை. ஆனால், தென் பகுதியின்

சீதோஷண நிலை வெள்ளையர்களால் வெளியே வந்து வேலை பார்க்க முடியாததாக இருந்தது. எனவேதான், அந்தப் பகுதியிலிருந்த வெள்ளையர்கள் கறுப்பின மக்களை அடிமைகளாக விலைக்கு வாங்கி, தங்களுடைய புகையிலைத் தோட்டங்களிலும் பருத்திக் காடுகளிலும் வேலைக்கு அமர்த்திப் பிழிந்தெடுத்தார்கள்.

தென்பகுதியிலுள்ள ஓர் அடிமை, வட பகுதிக்கு ஓடிப் போய் விட்டார் என்று வைத்துக் கொள்வோம். அந்த அடிமையின் முதலாளி விரும்பினால், வடக்குப் பகுதியில் உள்ளவர்கள் அவரைப் பிடித்துக் கொடுப்பார்கள். பிடித்துக் கொடுப்பவருக்கு சன்மானமும் உண்டு. இப்படி ஓர் ஒப்பந்தத்தை வடபகுதியினரும் தென்பகுதியினரும் போட்டுக் கொண்டார்கள்.

வடக்குப் பகுதியிலிருந்து ஓர் அடிமையைப் பிடித்து, 'இவன் தென் பகுதியிலிருந்து ஓடி வந்தவன்' என்று குற்றம் சாட்டுகிறார்கள் என்று வைத்துக்கொள்வோம். அவன் உண்மையிலேயே தென்பகுதியிலிருந்து ஓடிவந்தவன்தானா இல்லையா என்பதை முடிவு செய்யும் உரிமை, தெற்குப் பகுதி நீதிமன்றத்துக்குத்தான் உண்டு. இந்த நிலையில் கறுப்பின மக்களின் நிலை எப்படி இருந்திருக்கும் என்று யோசித்துப் பாருங்கள்.

உண்மையிலேயே சுதந்தரமான ஒரு கறுப்பின மனிதர் வடக்குப் பகுதியில் சுற்றிக்கொண்டிருந்தால்கூட, அவரைப் பிடித்து, தென்பகுதியிலிருந்து ஓடிவந்தவர் என்று குற்றம் சாட்டி, அவரை நல்ல விலைக்கு விற்று அடிமையாக்கிவிடமுடியும்.

இந்த அடிமை முறைக்கு எதிராக முதல் குரல் எழுந்தது 1820-ம் ஆண்டில்தான். அந்தக் குரலுக்குச் சொந்தக்காரர் 'லிபரேட்டர்' என்ற பத்திரிகையின் ஆசிரியர். அவர் பெயர் வில்லியம் லாயிட் காரிஸன். அவருக்கு முன்னால் சுதந்தர அமெரிக்காவை ஐந்து அதிபர்கள் ஆண்டிருக்கிறார்கள். ஆனால் எந்த ஆட்சியாளருக்கும் அடிமை முறையை எதிர்க்கவேண்டும் என்று தோன்றவில்லை.

காரணம், சட்டம் இயற்றும் அதிகாரம் படைத்த அத்தனை பேருமே நூற்றுக் கணக்கில் அடிமைகளை வைத்திருந்தார்கள். அடிமைகளை வைத்திருக்காத அதிகார வர்க்கத்தினருக்குக்கூட எதிர்ப்புக் குரல் கொடுக்க வேண்டும் என்று தோன்றவில்லை.

1841-ம் ஆண்டு அடிமை முறையை எதிர்த்து இன்னொரு குரல் எழுந்தது. அந்தக் குரலுக்குச் சொந்தக்காரர், ஃப்ரெடரிக் டக்ளஸ். அடிமை முறை கூடாது என்று சொல்பவர்களுக்கும் அதன் ஆதரவாளர்களுக்கும் ஒரு பெயர் வைத்தார்கள். அபாலி ஷனிஸ்ட்கள். (Abolishonists).

மசாஸுசெட்ஸில், நண்டகெட் என்ற இடத்தில் அபாலிஷ னிஸ்ட் கூட்டம் ஒன்று நடைபெற்றது. சுமார் ஆயிரம்பேர் கூடி இருந்தார்கள். அந்தக் கூட்டத்தில் டக்ளஸ் பேசினார். அவர் பேச்சைக் கூட்டத்துக்கு வந்திருந்தவர்கள் ஆர்வமாகக் கேட்ட னர். அதற்குக் காரணமும் இருந்தது. டக்ளஸ் ஒரு முன்னாள் அடிமை.

மேரிலாந்தில் ஒரு பண்ணையில் பல ஆண்டுகள் அடிமையாக அவஸ்தைப்பட்டு, தப்பித்து ஓடி வந்தவர். தன்னைப் போன்ற பிற அடிமைகளின் கஷ்டங்களைப் பொது மக்களின் கவனத்துக்கு முதன்முதலாகக் கொண்டுவந்தவர் டக்ளஸ்.

கொடுமைகள் தாங்காமல் தப்பிக்க முயன்றார்கள் சில அடிமை கள். அன்றைய நாள்களில் அடிமைகளைத் தப்பிக்க உதவி செய்வது சட்டப்படி குற்றம். ஆனாலும் நல்ல மனம் படைத்த சில செவ்விந்தியர்களும் வெள்ளையர்களும் அடிமைகள் தப்பிக்க உதவி புரிந்தார்கள். பண்ணைகளிலிருந்து தப்பித்து, பாதுகாப்பான இடங்களுக்குச் செல்ல இவர்கள் வகுத்த பாதை, பின்னாளில் 'Underground Railroad' என்று சரித்திரத்தில் பேசப்பட்டது.

★

இப்படிப்பட்ட சிக்கலான காலக்கட்டத்தில்தான், ஆபிரஹாம் லிங்கன் வாழ்ந்து கொண்டிருந்தார். மிசிசிப்பியிலிருந்து நியூ ஆர்லியன்ஸ் வரை ஆபிரஹாம் மேற்கொண்ட அந்த படகுப் பயணம், அவரது வாழ்க்கையையே புரட்டிப் போட்டது.

நியூ ஆரிலியன்ஸ் அந்தக் காலத்தில் அமெரிக்காவின் மிக முக்கியமான தென்பகுதி நகரம். மிக முக்கியமான வியாபார ஸ்தலமும் கூட.

நியூ ஆர்லியன்ஸில் முதல் முறையாக, அடிமை வியாபாரத்தை நேரில் பார்த்தார் ஆபிரஹாம். அடிமைச் சந்தையில் கறுப்பின

மக்கள் விலங்குகளால் பிணைக்கப்பட்டிருந்தார்கள். சில வெள்ளையர்கள் 'சுளீர்! சுளீர்!' என்று சவுக்கால் அவர்களை விளாசித் தள்ளிக் கொண்டிருந்தார்கள்.

நகரைச் சுற்றி வந்தபோது, இதுபோல எண்ணற்ற காட்சிகளை ஆபிரஹாம் பார்த்தார். ஒரு நீக்ரோ பெண்ணை ஏலம்விட்ட போது, அவளை வாங்க வந்தவர்கள் அவளது அங்கங்களைத் தொட்டு, தடவி, அமுக்கிப் பார்த்தார்கள். துடித்துப் போனார் லிங்கன். அடிமை வியாபாரத்தில் கறுப்பின மக்கள் நடத்தப்பட்ட விதம் அவரால் தாங்கிக் கொள்ள முடியாததாக இருந்தது.

ஜான் ஹேங்க்ஸிடம் ஆபிரஹாம் லிங்கன் சொன்னார். 'இந்த அடிமை முறையை ஒழிக்கறதுக்கு எனக்கு மட்டும் வாய்ப்பு கிடைச்சுதுன்னா, இதைக் கண்டிப்பா ஒழிச்சுடுவேன்.'

3

பிளாக் ஹாவ்க் யுத்தம்

1831. ஜூன் மாதம். ஆபிரஹாம் லிங்கனும், ஆஃபட்டும், ஜான் ஹேங்க்ஸூம் நியூ ஆரிலியன்ஸிலிருந்து கிளம்பத் தயாரானார்கள். படகு ஆற்றில் இறங்கியது. செயின்ட் லூயிஸை நோக்கிப் படகு சென்றுகொண்டு இருந்தது. வழியில் ஆஃபட், ஆபிரஹாமிடம் கேட்டார்.

'ஆபிரஹாம்! என் கடையில வேலை பார்த்துக்கிட்டு, என் கூடவே இருந்துடேன்.'

'என்ன கடை?'

'சின்ன மளிகைக் கடை. நியூ சேலத்துல இருக்கு. உன்னை மாதிரி ஒருத்தன் பொறுப்பா என் கடையை கவனிச்சுக்கிட்டா ரொம்ப நல்லா இருக்கும். நீ மட்டும் சரின்னு ஒரு வார்த்தை சொல்லு. இப்பவே நியூ சேலத்துல இருக்கற என் கடைக்கு உன்னையே இன்சார்ஜா போட்டுடறேன்.'

ஆபிரஹாமுக்கும் ஒரு மாற்றம் தேவைப்பட்டது. ஒப்புக் கொண்டார். நியூ சேலம், ஸ்பிரிங்ஃபீல்டிலிருந்து கொஞ்சம் தூரத்தில்

தான் இருந்தது. நியூ ஆர்லியன்ஸுக்குப் போய்க் குடும்பத்தோடு கொஞ்ச நாள் இருந்துவிட்டு, நியூ சேலத்துக்கு வந்தார்.

1831, ஆகஸ்டு 1-ம் தேதி ஆபிரஹாம் ஆஃபட்டைச் சந்தித்தார். ஆஃபட் கடைக்குத் தேவையான பொருள்களை பேர்ட்ஸ்டவுன் (Beardstown) என்ற நகரத்தில் வாங்கியிருந்தார். அந்தப் பொருள் கள் வந்து கொண்டிருந்தன. அவை வரும்வரை ஆபிரஹாமுக்குச் செய்வதற்கு வேலை எதுவும் இல்லாமல் இருந்தது. நகரைச் சுற்றிச் சுற்றி வந்தார்.

அப்போது அங்கே தேர்தல் நடந்து கொண்டிருந்தது. வாக்களிப் பதற்காக ஒரு பள்ளிக்கூடத்தில் கூட்டம் நின்றுகொண்டிருந்தது. ஆபிரஹாமும் வேடிக்கை பார்த்தபடி அந்தப் பள்ளிக்கூடத்தின் வாசலில் நின்றுகொண்டிருந்தார். அன்றைக்குத் தேர்தல் நடத்தும் கிளார்க் ஒருவர் வரவில்லை. இன்னொரு கிளார்க் இல்லாமல் சுமுகமாக ஓட்டெடுப்பு நடத்துவது கடினம்.

என்ன செய்வதென்று தெரியாமல் அந்த வாக்குச் சாவடிக்குப் பொறுப்பாளரான ஒரு நீதிபதியும் பள்ளிக்கூடத் தலைமை யாசிரியரான மின்ட்டர் கிரஹாம் (Minter Graham) என்பவரும் தலையைப் பிய்த்துக் கொண்டிருந்தார்கள். வாக்களிப்பதற்குப் பொதுமக்கள் வரத் தொடங்கியிருந்தார்கள். இன்னொரு கிளார்க்கை ஏற்பாடு செய்வதாக இருந்தால்கூட, அவர் வரு வதற்கு எப்படியும் மதியப் பொழுதைத் தாண்டிவிடும். அதுவரை என்ன செய்வது?

'சார்! அதோ அங்கே ஓர் இளைஞர் நின்னுக்கிட்டு இருக்காரே! நல்லா உயரமா... ஆமா! அவரேதான். அவரைப் பார்த்தா உள்ளூர்க்காரராத் தெரியலை. ஆனா, படிச்ச ஆள் மாதிரித் தெரியுது. இன்னிக்கி ஒரு நாளைக்கி இந்த வாக்குச் சாவடியில கிளார்க்கா வேலை பாக்க முடியுமான்னு அவரைக் கேட்டுப் பார்க்கலாமா?' என்று நீதிபதியிடம் தயங்கித் தயங்கிக் கேட்டார் மின்ட்டர் கிரஹாம்.

நீதிபதி, தலைமையாசிரியர் காட்டிய திசையில் இருந்த ஆபிர ஹாம் லிங்கனையே கொஞ்ச நேரம் உற்றுப் பார்த்தார். பிறகு ஒரு முடிவுக்கு வந்தவராக அவரருகே போனார்.

'உங்களுக்கு எழுதத் தெரியுமா?'

'கொஞ்சம் தெரியும்.'

'இன்னிக்கி எலெக்‌ஷன் டியூட்டிக்கு வர வேண்டிய கிளார்க் வரலை. இன்னொரு கிளார்க் இல்லைன்னா எலெக்‌ஷனையே நடத்த முடியாது. உங்களால இன்னிக்கி ஒரு நாளைக்கு கிளார்க்கா இருக்க முடியுமா?'

ஆபிரஹாம் லிங்கன் உடனே ஒப்புக் கொண்டார்.

ஆபிரஹாம் லிங்கன் நியூ சேலத்தில் ஒரு கடையில் வேலை பார்ப்பதற்காக வந்தவர் என்று யாருக்கும் தெரியாது. அன்றைக்கு வாக்குச் சாவடியில் மிக சிறப்பாக, அவருக்கேயுரிய ஒழுங்குத் தன்மையுடன் கிளார்க் வேலையைச் செய்தார் ஆபிரஹாம்.

அதுதான் அவர் முதன்முதலாகப் பார்த்த அலுவலக வேலை. இன்றைக்கும் இல்லினாய்ஸில் இருக்கும் ஸ்பிரிங்ஃபீல்டில், ஆபிரஹாம் லிங்கன் தேர்தல் அலுவலராகப் பணியாற்றி, தன் கைப்பட மிக நேர்த்தியாக எழுதிய தேர்தல் குறிப்புகள் அடங்கிய அந்த நோட்டுப் புத்தகங்கள் இருக்கின்றன.

★

நியூ சேலத்தில் ஆஃபட்டின் கடைக்குப் பொருள்கள் வந்து சேர்வது தாமதமாகிக்கொண்டே இருந்தது. ஆபிரஹாம் லிங்கனால் சும்மா இருக்க முடியவில்லை. நகரில் வெட்டியாகச் சுற்றுவது, வீட்டுக்கு வந்து சாப்பிட்டுப் படுப்பது என்பது அலுப்பூட்டும் வேலைகளாக இருந்தன.

அந்தச் சமயத்தில்தான் நெல்சன் என்பவர் நியூ சேலத்திலிருந்து டெக்ஸாஸுக்குத் தன் குடும்பத்தோடு இடம் பெயர்வதாக இருந்தார். அவர் ஒரு டாக்டர். அவரே சொந்தமாக ஒரு படகு வைத்திருந்தார். அதில் வீட்டுப் பொருள்களையும் குடும்பத் தாரையும் அழைத்துச் செல்வதாக ஏற்பாடு. சங்கமன் ஆற்றில் தான் பயணம் செய்ய வேண்டும். அந்த ஆறோ, வெள்ளப் பிரவாகத்தில் கொந்தளித்துக் கிடந்தது. இந்தச் சூழ்நிலையில் டாக்டர் நெல்சனுக்குப் படகை ஓட்டிச் செல்ல, திறமையான ஓர் ஆள் தேவைப்பட்டது. யாரோ ஆபிரஹாம் லிங்கனைப் பற்றி டாக்டரிடம் சொன்னார்கள்.

டாக்டர், ஆபிரஹாம் லிங்கனிடம் வந்தார். தன் குடும்பத்தையும் வீட்டுப் பொருள்களையும் பேர்ட்ஸ்டவுன் நகரில் விட்டுவிட முடியுமா என்று கேட்டார். ஆபிரஹாம் லிங்கனுக்கு இருந்த

வெறுமையான சூழ்நிலையில், படகோட்ட ஒப்புக் கொள் வதைத் தவிர வேறு வழி இருக்கவில்லை. ஆனால் அந்தப் பயணம் அவர் நினைத்ததுபோல அவ்வளவு சுலபமாக இருக்க வில்லை. முன்பு எப்போதும் இல்லாத அளவுக்கு அந்த சீஸனில், ஆற்றில் மிக அதிகமான வெள்ளம். ஆனாலும், மிகத் திறமை யாகப் படகை ஓட்டி, பேர்ட்ஸ்டவுன் நகரில், டாக்டர் குடும் பத்தையும் பொருள்களையும் பத்திரமாக இறக்கிவிட்டார் ஆபிரஹாம். அதற்குப் பிறகு டாக்டர் நெல்சன் கொடுத்த கூலியை வாங்கிக் கொண்டு, கால் நடையாகவே நியூ சேலத்துக்கு வந்து சேர்ந்தார்.

★

ஆஃபட்டின் கடைக்குப் பொருள்கள் வந்து சேர்ந்ததும் சுறுசுறுப் பாகக் களத்தில் இறங்கினார் ஆபிரஹாம். பொருள்களை எல்லாம் பிரித்து, மிக அழகாகக் கடையில் அடுக்கி வைத்தார். அது எல்லாம் கலந்த ஒரு கடை. கிட்டத்தட்ட ஒரு டிபார்ட்மெண்ட் டல் ஸ்டோர் மாதிரி. மளிகைப் பொருள்கள், இரும்புச் சாமான் கள், கற்களால் உருவான பொருள்கள், வீட்டுக்குத் தேவையான கப் அன்ட் சாஸர்கள், தட்டுகள், கத்திகள், முள்கரண்டிகள், பூட்ஸுகள், ஷூக்கள், காபி, டீத்தூள், சர்க்கரை, புகையிலை, வெண்ணெய், துப்பாக்கிக்குப் போடும் கன்பவுடர்... என எல்லாம் இருந்தன.

வேலைக்குச் சேர்ந்த சிறிது காலத்திலேயே ஆஃபட்டின் கடையோடு ஒட்டிக்கொண்டார் ஆபிரஹாம். கடைக்குப் புதிதாக வந்த பொருள்கள், மக்களை இழுத்ததைப் போலவே, புதிதாக வந்த ஆபிரஹாமும் எல்லோரையும் இழுத்துக் கொண்டிருந்தார். நகைச்சுவை கலந்த கண்ணியமான அவருடைய பேச்சும் நட வடிக்கையும் எல்லோருக்கும் பிடித்திருந்தன. 'ஆஃபட் கடை யில இதுவரைக்கும் இது மாதிரி ஒரு டஜன்பேரைப் பாத்துட் டோம். ஆனா, இவரை மாதிரி ஒரு அருமையான மனுஷனை நாங்க பாத்ததில்ல' என்று வெளிப்படையாகவே கமெண்ட் கொடுத்தார் ஒரு வாடிக்கையாளர். லிங்கன் ஆஃபட் கடையில் வாங்கிய சம்பளம், மாதத்துக்கு 15 டாலர்கள்.

அந்தப் பகுதியில் 'கிளேரி குரோவ் பாய்ஸ்' (Clary Grove Boys) என்கிற இளைஞர்கள் குழு ஒன்று இருந்தது. அந்த இளைஞர்கள் ஆஃபட்டின் கடைக்கு அருகிலிருந்த ஒரு கடைக்கு அடிக்கடி

வருவார்கள். விளையாட்டு, மல்யுத்தம் இவைதான் அவர்களுடைய முக்கியமான பொழுதுபோக்கு. அவர்களின் தலைவர் ஜேக் ஆர்ம்ஸ்ட்ராங். நல்ல திடகாத்திரமான ஆள். எப்பேர்ப்பட்ட ஆளையும் அடித்துத் தூக்கி வீசிவிடும் அளவுக்கு பலம் வாய்ந்தவர். பார்க்கிற ஆள்களையெல்லாம் வலிய சண்டைக்கு இழுத்து வம்பு பண்ணிக் கொண்டிருந்தது அந்தக் கும்பல்.

ஒரு நாள் டென்டன் ஆஃபட் அந்தக் கும்பலைப் பார்த்தார். அவர்களிடம் நின்று கொஞ்ச நேரம் பேசிக் கொண்டிருந்தார். பேச்சு, எங்கெங்கோ போய், இறுதியில் மல்யுத்தத்தில் வந்து நின்றது. ஆஃபட் பேச்சுவாக்கில், ஆபிரஹாம் லிங்கனைப் பற்றிச் சொன்னார். 'ஏ யப்பா! ஆபிரஹாம் என்ன உயரம்! அவனுக்கு எவ்வளவு நீளமான கைகள் தெரியுமா? அவன்கூட சண்டை போட்டு, யாரும் ஜெயிக்க முடியாதுன்னுதான் தோணுது' என்றார் ஆஃபட்.

கொதித்துப் போனார்கள் அந்த இளைஞர்கள். இறுதியில் ஜேக் ஆர்ம்ஸ்ட்ராங்கும் லிங்கனும் மல்யுத்தம் செய்வது என்று முடிவானது. ஆபிரஹாம் லிங்கன் வம்பு சண்டைக்குப் போகாதவர். தேவையில்லாமல் எதற்கு ஒருவருடன் சண்டைபோட வேண்டும் என்று மிகவும் தயங்கினார். ஆஃபட்டும் மற்ற நண்பர்களும் தொடர்ந்து வற்புறுத்த, வேறு வழியில்லாமல் சண்டைக்கு ஒப்புக் கொண்டார்.

ஊரே நின்று வேடிக்கை பார்க்க அந்தச் சண்டை நடந்தது. தூக்கி ஒரே ஒரு சுழற்று, அவ்வளவுதான். அத்தனைக் காலம் ஊரையே மிரட்டி வாழ்ந்து கொண்டிருந்த கிளேரி குரோவ் பாய்ஸின் தலைவர் ஜேக் ஆர்ம்ஸ்ட்ராங்கை, சில விநாடிகளிலேயே ஒரு குழந்தையைத் தூக்கி வீசுவதுபோல அனாயசமாகத் தூக்கி வீசினார் ஆபிரஹாம் லிங்கன். எல்லோரும் நம்ப முடியாமல் பார்த்தார்கள். தலைவர் சாய்ந்ததும் கிளேரி குரோவ் இளைஞர்கள் லிங்கன் மீது பாயத் தயாரானார்கள். ஆபிரஹாம் லிங்கன் பயப்படாமல் வெகு நிதானமாக அதேசமயம் தைரியமாக அவர்களை நோக்கி ஒரு அடியை எடுத்து வைத்தார்.

கீழே விழுந்துக்கிடந்த ஆர்ம்ஸ்ட்ராங், பிரமிப்பு மாறாமல் ஆபிரஹாமைப் பார்த்தார். பிறகு மெல்ல எழுந்து, நடந்து வந்து அவர் கையைப் பிடித்துக் குலுக்கினார். பிறகு தன் சகாக்கள் பக்கம் திரும்பி, 'பசங்களா! இதுக்கு முன்னாடி இந்த மாதிரி ஒரு

திறமைசாலியை நான் பார்த்ததில்லை. இனிமே இவரு நம்ம ஆளு. நம்மள்ள ஒருத்தர்' என்றார். அன்றிலிருந்து அந்தக் குழுவில் ஒருவரானார் ஆபிரஹாம் லிங்கன். ஆர்ம்ஸ்ட்ராங் லிங்கனுக்கு மிக நெருங்கிய நண்பராகிப் போனார்.

★

முதலில் ஒழுக்கம். அதற்குத்தான் ஆபிரஹாம் எப்போதும் முதலிடம் தருவார். வெட்டியாக ஊர்சுற்றுவது, மது அருந்திவிட்டு ஆடுவது, புகையிலை போடுவது, சிகரெட், சுருட்டுப் பிடித்தபடி நண்பர்களோடு அரட்டை அடிப்பது...இந்தப் பேச்சுக்கெல்லாம் அவர் வாழ்க்கையில் இடமே இல்லை.

ஆஃபட்டின் கடை, புத்தகம் படிப்பதற்கு வசதியாக இருந்தது. ஆங்கில இலக்கணத்தைப் படிக்க ஆரம்பித்தார் லிங்கன்.

லிங்கனுக்கு இயல்பாகவே இருந்த தேடல், அறிவுக்குத் தீனி போடும் இடங்களைத் தேடி அவரை ஓட வைத்தது. நியூ சேலத்தில் பல இலக்கிய மன்றங்கள் இயங்கிக் கொண்டிருந்தன. அந்த மன்றங்களில் நடக்கும் பட்டி மன்றங்களிலும் பேச்சுப் போட்டிகளிலும் கலந்து கொள்வார் லிங்கன்.

நியூ சேலத்தில், ஜான் ஆலன் என்பவர் ஓர் இலக்கிய மன்றத்தை நடத்தி வந்தார். அந்த மன்ற நடவடிக்கைகளில் தொடர்ந்து கலந்துகொண்டார் லிங்கன். சங்கமன் ஆற்றில் கப்பல் போக்கு வரத்து நடத்துவதைப்பற்றி அந்த மன்றத்தில் சொற்பொழிவாற்றினார். அதுதான் அவருடைய முதல் சொற்பொழிவு.

அதற்குப் பிறகு பல இலக்கிய மன்றங்கள், பல சொற்பொழிவுகள். இப்படிப் பேசும்போதெல்லாம் ஒரு விஷயம் லிங்கனுக்குத் தெளிவானது. அவருடைய பேச்சை, மக்கள் ரசித்துக் கேட்டனர். அவர் பேசும்போது, பொருத்தமான இடங்களில் கைதட்டி, ஆரவாரம் செய்தார்கள். மெல்ல மெல்ல அவருடைய சொற்பொழிவுக்கு ரசிகர்களானார்கள். மிகுந்த தன்னம்பிக்கை உடைய மனிதராக ஆபிரஹாம் லிங்கன் மாறத் தொடங்கியது அந்தச் சந்தர்ப்பத்தில்தான்.

நியூ சேலத்தில் அவர் அணிவதற்கு நல்ல உடைகள் கிடையாது; நல்ல சாப்பாடு கிடையாது. அவ்வளவு கஷ்டத்திலும் Louisville Journal என்னும் பத்திரிகைக்கு மட்டும் சந்தாவை ஒழுங்காகக்

கட்டிவிடுவார் லிங்கன். தபாலில் தொடர்ந்து வந்து கொண்டிருந்தது அந்தப் பத்திரிகை. அந்தப் பத்திரிகையின் அரசியல் கொள்கைகளும், நகைச்சுவைத் துணுக்குகளும் லிங்கனுக்கு மிகவும் பிடிக்கும்.

எவ்வளவு திறமையாக நடத்தினாலும் வியாபாரம் சரியில்லை. வேறு வழியில்லாமல், ஒரே வருடத்தில் ஆஃபட் கடையை நிரந்தரமாக மூட வேண்டிய சூழல் ஏற்பட்டது. மறுபடியும் வேறு வேலை தேட வேண்டிய நிலைக்கு ஆளானார் லிங்கன்.

★

அப்போதுதான் நியூசேலத்தில் திடீரென்று ஒருநாள் எல்லோரையும் ஒரு பதற்றம் தொற்றிக் கொண்டது.

கொஞ்ச காலத்துக்கு முன்பு அரசு கேட்டுக் கொண்டதற்கு இணங்க, செவ்விந்திய மக்கள் தங்களது நிலத்தை அமெரிக்க அரசுக்கு விற்றுவிட்டு, மிசிசிப்பி ஆற்றுக்கு மேற்கே அவர்களுக்காக ஒதுக்கப்பட்டப் பகுதிக்கு இடம் பெயர்ந்திருந்தார்கள். என்ன காரணமோ, புதிய இடம் அந்த மக்களுக்குப் பிடிக்கவில்லை. முன்பு அவர்கள் வாழ்ந்த பகுதிக்கே திரும்பிவரும் எண்ணம் அவர்களைப் பற்றிக் கொண்டது. அந்த எண்ணத்தைச் செயல்படுத்த செவ்விந்தியர்கள் கையில் எடுத்த ஆயுதம் கொடூரமான தாக்குதல், வன்முறை. இப்படித் திரும்பச் சொந்த பூமிக்கே வர விரும்பிய செவ்விந்திய மக்களுக்குத் தலைமை தாங்கியவன் பிளாக் ஹாவ்க் (Black Hawk).

படிப்பறிவில்லாத, நாகரிக வாசனையை எட்டிக்கூடப் பிடிக்காத அந்தச் செவ்விந்திய மக்கள், பிளாக் ஹாவ்க் இழுத்த இழுப்புக்கெல்லாம் கூடவே போனார்கள். கூட்டம் கூட்டமாக வெள்ளையர்களின் வீடுகளைத் தாக்கினார்கள். தீ வைத்துக் கொளுத்தினார்கள். வயல்களை நாசப்படுத்தினார்கள். கண்ணில்பட்ட வெள்ளையர்களைக் கொன்று குவித்தார்கள். மிரண்டு போனது அமெரிக்க அரசு. இத்தனைக்கும் பிளாக் ஹாவ்க்கின் படையில் இருந்த செவ்விந்தியர்களின் எண்ணிக்கை ஆயிரத்தைக்கூடத் தாண்டாது.

அது 1832-ம் ஆண்டு. வசந்த காலம். இல்லினாய்ஸ் மாகாணத்தில் இருந்த வெள்ளையர்கள், அச்சத்தில் உறைந்துபோய்க் கிடந்தார்கள். எந்த நேரத்தில், எப்படி வருவார்கள் என்று தெரியாது. திடீரென்று செவ்விந்திய மக்களின் காட்டுப் படை வரும்.

வெள்ளையர்களின் வீடுகளை சூறையாடிவிட்டுப் போய்விடும். ஆளுநர் ஜான் ரேனால்ட்ஸ் செவ்விந்தியப் படைகளுக்கு எதிராகப் போராட்டம் நடத்த நாட்டு மக்களுக்கும் வீரர்களுக்கும் அறைகூவல் விடுத்தார்.

அப்போது இல்லினாய்ஸில் இருந்த படை, பயிற்சியும் கட்டுக் கோப்பும் கொண்ட படை அல்ல. படையில் வெவ்வேறு வயதைச் சேர்ந்தவர்கள் இருந்தார்கள். பதினெட்டு வயதுடைய இளைஞனும் நாற்பத்தைந்து வயதையுடைய நடுத்தரவயதுக் காரரும் படையில் இருந்தார்கள். அமெரிக்கா முழுவதும் இருந்த எல்லாப் படைப்பிரிவிலும் இந்த நிலைமைதான் இருந்தது. வேண்டியதெல்லாம் உடல் தகுதி மட்டும்தான். செவ்விந்தியர் களுக்கு எதிராக நடந்த அந்தப் போர் 'பிளாக் ஹாவ்க் யுத்தம்' என்று அழைக்கப்பட்டது.

அந்தப் போரில் ஆபிரஹாம் லிங்கனும் கலந்துகொண்டார். அவருடைய நண்பர்களும் தோழர்களும் அடங்கிய படைப் பிரிவுக்கு, ஆபிரஹாம் லிங்கன்தான் தளபதி. அவருடைய நண்பரான ஜேக் ஆர்ம்ஸ்ட்ராங் அவரது முதல் உதவியாளர். இத்தனைக்கும் ஆபிரஹாம் லிங்கனுக்கு ராணுவத் தந்திரங்கள் எதுவும் தெரியாது. படை வீரர்களுக்கு எப்படிக் கட்டளையிட்டு வழிநடத்திச் செல்வது என்றும் தெரியாது. ஆனால், அவரால் எவ்வளவு முடியுமோ அவ்வளவு சிறப்பாகப் பணியாற்றினார்.

அவரது படை வடதிசையிலும் மேற்குத் திசையிலுமாக, மிசிசிப்பி ஆற்றை நோக்கிப் பயணம் செய்தது. மிசிசிப்பி ஆற்றை அடையும் வரை அவர்கள் கண்ணில் எந்தச் செவ்விந்தியனும் படவில்லை.

லிங்கனின் படையில் இருந்த இளைஞர்களில் பெரும்பாலா னோர், வனப்பகுதிகளிலிருந்தும் கிராமப் பகுதிகளிலிருந்தும் வந்தவர்கள். எனவே, முரட்டுக் குணத்தோடு இருந்தார்கள். அவர்களைக் கட்டுப்படுத்துவது லிங்கனுக்கு மிகக்கடினமாக இருந்தது. ஆனால் அந்தப் படையில் இருந்த அத்தனை பேரும் ஆபிரஹாம் லிங்கன் மேல் மிகுந்த மரியாதை வைத்திருந்தார்கள்.

ஆனால், ஆபிரஹாம் லிங்கனின் படைவீரர்கள் சில வாரங் களிலேயே களைத்துப் போனார்கள். எந்தச் செவ்விந்தியனும் எதிர்ப்படவில்லை. சண்டையும் இல்லை. இந்தச் சூழ்நிலையில்

எல்லோருக்கும் வீட்டுக்குத் திரும்பவேண்டும் என்ற எண்ணமே மேலோங்கியிருந்தது. ஆனால் படைத்தளபதி லிங்கனுக்கு எதையும் பாதியில் விட்டுவிட்டு வருவதற்கு மனமில்லை. படையிலிருந்து பிரிந்து போனவர்களை விட்டுவிட்டு, மீதிப் படை வீரர்களுடன் விடாமல் முன்னேறிக் கொண்டே இருந்தார். கரடு முரடான மலை, காட்டுப் பாதையில் அவருடைய படை முன்னேறிச் சென்று கொண்டே இருந்தது.

முக்கியமான படைவீரர்களும் தன்னார்வத் தொண்டர்களும் இருந்த முகாம், வடக்கு இல்லினாய்ஸில் ராக் ஆற்றின் கரையில் இருந்தது. அந்தக் கரையை அடைந்தது ஆபிரஹாமின் படை. இங்குதான் ஓர் இளம் வயது லெப்டினன்ட்டைச் சந்தித்தார் லிங்கன். அவர் பெயர் ஜெஃபர்சன் டேவிஸ். அழகான இளைஞ னாக இல்லாமல், முரட்டுத்தனம் நிறைந்த ஒரு வேட்டைக் காரனைப்போல் இருந்தார் ஜெஃபர்சன். இருவரும் பேசியே, ஒருவரைப் பற்றி மற்றொருவர் நிறையத் தெரிந்து கொண்டார் கள். நண்பர்களானார்கள்.

அதற்குப் பிறகு, மூன்று வாரங்கள் கழித்து போர் முடிவுக்கு வந்தது. செவ்விந்தியர்கள் அடித்து விரட்டப்பட்டார்கள். பிளாக் ஹாவ்க் கைது செய்யப்பட்டான். அந்தப் போரில் ஆபிரஹாம் லிங்கன் எந்தச் சண்டையும் போடவில்லை. அந்த வாய்ப்பு அவருக்குக் கிடைக்கவில்லை. ஆனால் போரில் பங்கேற்றுக் கொண்டதற்காகச் சம்பளம் கிடைத்தது. 125 டாலர்கள்.

அந்த வருடம் ஜூன் மாதம், அவருடைய படை நியூ சேலத் துக்குத் திரும்பியது. அப்போது ஆபிரஹாமின் வயது இருபத்து மூன்று.

★

1832. லிங்கன் நியூ சேலத்துக்குத் திரும்பியபோது, மாநிலச் சட்டமன்றத் தேர்தலுக்கு இரு வாரங்கள் இருந்தன. அக்கம்பக்கத் தவர்களும் நண்பர்களும் ஆபிரஹாம் லிங்கனைத் தேர்தலில் போட்டியிடச் சொல்லி வற்புறுத்தினார்கள்.

'ஆபிரஹாம்! நீங்க மேடையில பிரமாதமாப் பேசறீங்க. நல்லாப் படிச்சிருக்கீங்க. ரொம்ப நல்லவரா வேற இருக்கீங்க. நீங்க ஏன் தேர்தல்ல போட்டி போடக் கூடாது?'

இந்தக் கேள்வியை கிட்டத்தட்ட எல்லோருமே கேட்டார்கள். ஆபிரஹாம் லிங்கனும் தேர்தலில் போட்டியிடுவது என்று முடிவு செய்தார். வேட்புமனுத் தாக்கல் செய்தார். அதற்கு அடுத்த கட்டம்? வேறென்ன பிரசாரம்தான்.

ஸ்பிரிங்ஃபீல்டிலிருந்து பன்னிரண்டு மைல் தொலைவில் இருந்த பாப்ஸ்வில்லி என்ற ஊரில் தமது முதல் தேர்தல் பிரசார உரையை நிகழ்த்தினார் ஆபிரஹாம் லிங்கன்.

'கனவான்களே! குடிமக்களே!

உங்கள் எல்லோருக்கும் என்னைத் தெரிந்திருக்கும் என்று நினைக் கிறேன். நான்தான் அந்த எளிமையான ஆபிரஹாம் லிங்கன். இந்தச் சட்டமன்றத் தேர்தலுக்கு, ஒரு வேட்பாளராக, என்னு டைய நண்பர்களின் வேண்டுகோளுக்கிணங்கி, நான் போட்டி யிடுகிறேன்.

எனது அரசியல் மிகவும் சிறியது; இனிமையானது. நான் வங்கி கள் தேசியமயமாக்கப்படுவதை ஆதரிக்கிறேன். உள்நாட்டு வளர்ச்சித் திட்டங்களுக்கு நான் எப்போதும் ஆதரவளிப்பேன். கடுமையான விலைவாசி உயர்வைக் கட்டுப்படுத்துவேன்.

நான் தேர்ந்தெடுக்கப்பட்டால், உங்களுக்கு மிகவும் நன்றியுடை யவனாக இருப்பேன். நீங்கள் எனக்கு ஓட்டுப் போடவில்லை என்றாலும் அதே நன்றியுடன் இருப்பேன்.'

ஆபிரஹாம், உயரமான, கரடுமுரடான தோற்றமுள்ள மனிதர். அதற்கேற்றாற்போல் கைத்தறித் துணியில் செய்யப்பட்ட முரட்டுக்கோட்டையும் பேண்ட்டையும் அவர் அப்போது அணிந்திருந்தார். இந்தச் சூழ்நிலையில் அவருடைய உருவத்தை மட்டும் பார்த்து ஓட்டுப் போடுவதென்றால் யாருமே போட மாட்டார்கள். அதுதான் நடந்தது.

அந்தத் தேர்தலில் ஆபிரஹாம் லிங்கன் தோற்றுப் போனார். அவர் பெற்ற மொத்த வாக்குகள் 277. ஒரே ஆறுதல் அவர் அப்போது வாழ்ந்த நியூ சேலம் பகுதியில் இருந்த மொத்த வாக்காளர்களின் எண்ணிக்கை 284. அதில் 277 வாக்குகளை அவர் பெற்றிருந்தது பெரிய விஷயம்தான்.

தேர்தலில் தோல்வி. இருந்தாலும் துவண்டுபோகவில்லை லிங்கன். ஆனால் இன்னொன்றை நினைத்து அவர் பயந்து

போயிருந்தார். எதிர்காலம். ஆஃபட்டின் கடை இல்லை. செய்வ தற்கு வேலையும் இல்லை. என்னதான் செய்வது?

பெர்ரி என்ற லிங்கனின் நண்பர் அந்த யோசனையைச் சொன்னார்.

'ஆபிரஹாம்! நாம ரெண்டுபேரும் சேர்ந்து ஒரு கடையை ஆரம் பிச்சா என்ன?'

லிங்கனுக்கு பெர்ரியின் யோசனை பிடித்திருந்தது. ஆனால், முதலுக்கு எங்கே போவது. லிங்கனிடம் நயா பைசாகூட இல்லை. கடன் பத்திரத்தில் கையெழுத்துப்போட்டு கடைக்குத் தேவையான பொருள்களில் பாதியைக் கடன் வாங்கினார். அதுவும் ஆஃபட்டின் கடையைப்போல ஒரு டிபார்ட்மெண்ட் ஸ்டோர்தான். இந்த இருவரின் கூட்டணி ஒத்துவரவில்லை.

பெர்ரி ஒரு குடிகாரர். சதா குடித்துக் கொண்டே இருப்பார். அவருக்குக் கடையைக் கவனிக்க நேரமே இல்லை. ஆபிரஹாம் லிங்கனோ அதற்கு நேர் எதிரான மனிதர். படிப்பாளி. பத்து கிலோ மீட்டர் தள்ளியிருக்கும் ஓர் ஊரில் யாரிடமாவது புத்தகம் இருப்பதாகக் கேள்விப்பட்டால்கூடப் போதும். ஒரு கணம்கூட தாமதிக்க மாட்டார். உடனே கடையை மூடிவிட்டுப் புத்தகத்தை வாங்கக் கிளம்பிவிடுவார். இந்த லட்சணத்தில் வியாபாரம் எப்படியிருக்கும்? அதுவுமில்லாமல் ஆபிரஹாம் லிங்கன் மிக மென்மையான மனிதர். யார் கடன் கேட்டாலும் கொடுத்து விடுவார். அவர்களால் கடனைத் திருப்பித் தர முடியுமா என்றெல்லாம் யோசிக்க மாட்டார்.

எனவே, கடை நஷ்டத்தில் ஓடியது. சில மாதங்களில் கடை விற்கப்பட்டது. ஆனால், கடை விற்கப்பட்டால்கூட ஆபிரஹா முக்கு அதன் மூலமாக ஒரு டாலர்கூடக் கிடைக்கவில்லை. மாறாகக் கடன்தான் மிஞ்சியது. இந்தக் கூட்டு வணிகத்தைப் பற்றிப் பிற்காலத்தில் ஆபிரஹாம் லிங்கன் இப்படிக் குறிப் பிட்டார்: 'வியாபாரம் மேலும் மேலும் கடனில் சிக்கியது.'

கடையை விற்ற சிறிது காலத்தில், பெர்ரி இறந்து போனார். கடையின் நஷ்டமெல்லாம் கடனாக ஆபிரஹாமின் தலையில் விழுந்தது. அசலும் வட்டியுமாக ஆபிரஹாம் 1100 டாலர்கள் கடன் கொடுக்க வேண்டியிருந்தது. இந்தக் கடனைக்கூட 'தேசியக் கடன்' என்று வேடிக்கையாகக் குறிப்பிட்டார் லிங்கன்.

ஆபிரஹாம் கடன்பட்டது கூட்டு வியாபாரத்தில். அவர் நினைத் திருந்தால், முழுக்கடனுக்கும் தான் பொறுப்பேற்க முடியாது என்று கடன் கொடுத்தவர்களிடம் வாதாடியிருக்கலாம். சட்டத் தின் உதவியை நாடியிருக்கலாம். இது எதையுமே செய்யவில்லை லிங்கன். கடன் தொகைக்கான முழுப்பொறுப்பையும் ஏற்றார். 1847-ம் ஆண்டு வரை, கொஞ்சம் கொஞ்சமாகப் பணத்தைக் கட்டி, மொத்தக் கடனையும் அடைத்துவிட்டார். அதனால்தான் 'நாணயமான ஆபிரஹாம்' என்ற அடைமொழி அவருக்குக் கிடைத்தது.

ஆபிரஹாம் நஷ்டத்தில் கடையை நடத்திக் கொண்டிருந்தாலும் நேர்மையையோ நாணயத்தையோ ஒருபோதும் கைவிட்ட தில்லை.

ஒரு நாள் கடையை மூடும் நேரம் வந்ததும் அன்றைய வரவு செலவு கணக்குகளைப் பார்த்தார் லிங்கன். கையிருப்புக் கூடுத லாக இருந்தது. ரொம்ப அதிகமில்லை. ஆறு சென்ட்டுகள்தான். எப்படி ஆறு சென்ட்டுகள் பணம் அதிகமாக இருக்கிறது? யோசித்து யோசித்துப் பார்த்தார் லிங்கன். யாரோ அதிகமாகப் பணத்தைக் கொடுத்துவிட்டுப் போயிருப்பது புரிந்தது. யாராக இருக்கும்? அதிகம் பணம் கொடுத்துப் பொருளை வாங்கிக் கொண்டு போனது யார் என்பதையும் ஒருவழியாகக் கண்டு பிடித்துவிட்டார் லிங்கன்.

கடையை மூடும் நேரத்தில் பொருள் வாங்கிப் போன பெண் இரண்டு டாலர், ஆறு சென்ட்டுகள் பணத்தைக் கொடுத்துவிட்டுப் போயிருந்தார். அந்தப் பெண்ணின் பெயர் திருமதி டன்கேன் (Mrs. Duncan). அந்தப் பெண்ணை ஆபிரஹாம் லிங்கனுக்கு நன்றாகத் தெரியும். அவரது வீடு இரண்டு மைல்கள் தொலைவில் இருந்தது.

லிங்கன் கடையை மூடிவிட்டு, நடந்தார். இரண்டு மைல் தொலைவில் இருந்த திருமதி. டன்கேன் வீட்டுக்குப் போய், அவரிடம் ஆறு சென்ட்டுகள் பணத்தைக் கொடுத்தார். நடந்தே வீட்டுக்குத் திரும்பினார். அன்று இரவு மிக நிம்மதியாக உறங்கினார்.

அதேபோல, இன்னொரு சம்பவமும் கடையில் நடந்தது. இரவு நேரம். கடையை அடைக்கும் வேலைகளில் இறங்கியிருந்தார் லிங்கன். அப்போது ஒரு பெண் வந்தார்.

'டீத்தூள் வேணும்.'

'எவ்வளவு?'

'அரை பவுண்டு.'

ஆபிரஹாம் அந்தப் பெண்ணிடம் பணத்தை வாங்கிக்கொண்டு, மளமளவென்று டீத்தூளை அளந்து கொடுத்தார். அந்தப் பெண் போனதும், கடையை மூடிவிட்டு வீட்டுக்குப் போனார்.

அடுத்த நாள் கடையைத் திறந்ததும், யதேச்சையாகத் திரும்பிப் பார்த்த ஆபிரஹாம் அதிர்ந்து போனார். அரை பவுண்டு டீத்தூள் என்பது கிட்டத்தட்ட எட்டு அவுன்ஸ். முதல் நாள் டீத்தூள் வாங்கிய பெண்ணுக்கு நான்கு அவுன்ஸ்களைத்தான் அளந்து போட்டிருந்தது தெரிந்தது. அதாவது அரை பவுண்டுக்குப் பதிலாக கால் பவுண்டு டீத்தூள்.

ஆபிரஹாம் உடனே கால் பவுண்டு டீத்தூளை அளந்து பொட்டலம் கட்டி எடுத்துக் கொண்டார். கடையைப் பூட்டினார். அந்தப் பெண்ணின் வீட்டுக்குப் போய், அவரிடம் மன்னிப்புக் கேட்டு, கால் பவுண்டு டீத்தூளைக் கொடுத்துவிட்டு வந்தார்.

★

1833. நியூ சேலத்தில் இருந்த போஸ்ட் ஆபீஸுக்கு போஸ்ட் மாஸ்டராக ஆபிரஹாம் லிங்கன் நியமிக்கப்பட்டார். ஏனென்றால், நியூ சேலத்தில் இருந்த யாரைவிடவும் போஸ்ட் மாஸ்டராக இருக்கும் தகுதி லிங்கனுக்குத்தான் இருக்கிறது என்று அரசு கருதியது. ஹில் என்பவரின் கடையின் ஒரு பகுதியில் போஸ்ட் ஆபீஸ் இருந்தது. அங்குதான் லிங்கனுக்கும் வேலை. லிங்கன் வேறு வேலையாக வெளியில் போகும்போதெல்லாம் போஸ்ட் ஆபீஸை ஹில் கவனித்துக் கொள்வார்.

போஸ்ட் ஆபீஸில், எழுதப்படிக்கத் தெரியாதவர்களுக்கு வரும் கடிதங்களை, லிங்கனே பிரித்து வாசித்துக் காட்டுவார். போஸ்ட் மாஸ்டராக இருந்ததால் லிங்கனுக்குச் சில சலுகைகள் கிடைத்தன. லிங்கன் தமது சொந்தக் கடிதப் போக்குவரத்துக்குக் கட்டணம் எதுவும் செலுத்த வேண்டியதில்லை. அதேசமயம், போஸ்ட் ஆபீஸுக்கு வரும் எல்லாச் செய்தித் தாள்களையும்

படிக்கும் வாய்ப்பு லிங்கனுக்குக் கிடைத்தது. எந்தப் பத்திரிகை யாக இருந்தாலும் லிங்கன் படித்த பிறகுதான் அது உரியவரைப் போய்ச் சேரும். சில சமயங்களில் பத்திரிகைகளை கடைக்கு வெளியே நின்று, சத்தம்போட்டு வாசிப்பார் லிங்கன். படிக்கத் தெரியாதவர்கள் லிங்கன் செய்திகள் வாசிப்பதை ஆர்வத்துடன் கேட்டுவிட்டுப் போவார்கள்.

'லிங்கன் போஸ்ட் ஆபீஸைத் தன் தொப்பியில் வைத்திருந்தார்' என்று சொல்வார்கள். அது உண்மைதான். லிங்கன் நியூ சேலத்துக்கு வரும் தபால்கள் அனைத்தையும் தமது தொப்பியில் வைத்துக் கொள்வார். இன்றையக் காலத்தில் வருவதைப்போல அந்நாள்களில் பை பையாகத் தபால்கள் வராது. ஒரு நாளைக்கு ஐந்தாறு கடிதங்கள் வந்தால் அதிகம். எனவே, லிங்கன் தன் தொப்பியில் தபால்களை எடுத்துக்கொண்டு போய், உரியவர் களிடம் கொடுத்துவிடுவார்.

இவ்வளவு கஷ்டங்களுக்கு இடையிலும் ஒரு வழக்கறிஞராக ஆகவேண்டும் என்ற எண்ணத்தை மட்டும் லிங்கன் விடவில்லை. ஒரு பழைய புத்தகக் கடையில் 'பிளாக்ஸ்டோன்ஸ் கமெண்டரீஸ்' என்ற புத்தகத்தை ஏலத்தில் வாங்கினார். சில வாரங்கள்தான் அந்தப் புத்தகத்தைப் படித்தார். புத்தகம் முழுவதும் மனப்பாடமாகிவிட்டது லிங்கனுக்கு.

இன்னொரு புத்தகத்தை ஒரு பழைய புத்தகக் கடையில் ஏலத்தில் எடுத்தார். அது விண்ணப்பப்படிவங்களை பூர்த்தி செய்வது எப்படி என்று அறிமுகப்படுத்துகிற புத்தகம். அதைப் படித்து முடித்ததும், ஒப்பந்தப் பத்திரங்கள், உள்ளிட்ட சட்ட சம்பந்தமான எல்லாப் பத்திரங்களையும் தாமே சுயமாக எழுதும் அளவுக்குத் தேர்ச்சி பெற்றுவிட்டார் லிங்கன்.

பதினான்கு மைல்கள் தூரத்திலிருக்கும் ஸ்பிரிங்ஃபீல்டுக்கு அடிக்கடி நடந்துபோவார். சட்டப் புத்தகங்கள் எதையாவது இரவல் வாங்கிக்கொண்டு வருவார். வரும்வழியிலேயே நாற்பது ஐம்பது பக்கங்களைப் படித்தும் விடுவார்.

லிங்கன் பார்த்துவந்த போஸ்ட் மாஸ்டர் வேலையும் விரைவில் அவருக்கு இல்லையென்று ஆகிப் போனது. அந்த ஊருக்கு அதிகம் தபால்கள் வருவதில்லை என்ற காரணத்தைக் காட்டி போஸ்ட் ஆபீஸை மூடிவிட்டது அரசு.

இண்டியானாவில் இருந்தபோது, நிலத்தை அளப்பது பற்றி ஓரளவுக்குக் கற்று வைத்திருந்தார் லிங்கன். அது இப்போது லிங்கனுக்குக் கை கொடுத்தது.

சங்கமன் மாவட்டத்தில் நிலம் வாங்கிக் குடியேறுபவர்களின் எண்ணிக்கை அதிகமாகிக் கொண்டிருந்ததால், லிங்கனுக்கு உதவி சர்வேயராக வேலை கிடைத்தது. பீட்டர்ஸ்பர்க், பாத், நியூ பாஸ்டன், உரான் போன்ற நகரங்களில் நில அளவை வேலைகளைப் பார்த்தார் லிங்கன்.

★

இவ்வளவு கஷ்டமான வாழ்க்கைச் சூழலில் லிங்கனின் வாழ்வில் காதல் இருந்திருக்க வாய்ப்பிருக்கிறதா?

லிங்கனின் காதல் உண்மை என்று அடித்துச் சொல்கிறார்கள் சிலர். வேறு சிலர் கட்டுக்கதை என்கிறார்கள். கட்டுக்கதை என்று சொல்லப்படுகிற லிங்கனின் காதலில் ஒன்று ஆன் ரட்லெட்ஜ் (Ann Rutledge) என்ற பெண்ணின் மேல் லிங்கன் கொண்டிருந்த காதல்.

சாதாரண குடும்பத்தில் பிறந்து வறுமையோடு போராட்டம் நடத்திக் கொண்டிருந்தவர் லிங்கன். இயல்பாகவே பெண்களிடம் அவருக்குக் கூச்சம் இருந்தது. நியூ சேலத்தில் இருந்தபோது, லிங்கன் ஒரு விடுதியில் தங்கியிருந்தார். ஒரு சமயம் அந்த விடுதியில் பெண்கள் சிலபேர் வந்து தங்கியிருந்தார்கள் என்பதற்காக, அந்தப் பக்கமே போகாமல் யாரோ நண்பர் ஒருவரின் வீட்டில் தங்கியிருந்தார். அப்படிப்பட்ட லிங்கனும் காதல் வலையில் விழத்தான் செய்தார்.

ஆன் ரட்லெட்ஜ், நியூ சேலத்தில் இருக்கும் ஓர் உணவுவிடுதி உரிமையாளரின் மகள். லிங்கன் அப்போது போஸ்ட் மாஸ்டராக வேலை பார்த்துக் கொண்டிருந்தார். லிங்கன், ஆன் மீது காதல் வயப்பட்டபோது, மேக் நீல் என்ற இளைஞனுக்கும் ஆனுக்கும் திருமணம் நிச்சயமாகியிருந்தது. மேக் நீல், நியூ யார்க்கிலிருந்து நியூ சேலத்துக்கு வந்து குடியேறியவன். இருவருக்கும் திருமணம் நிச்சயம் ஆன பிறகு, ஏதோ குடும்ப விவகாரம் காரணமாக நியூ யார்க்குக்குக் கிளம்பிப் போனான். திரும்பி வரவில்லை. இந்தச் சூழலில் லிங்கன் தன் காதலைத் தெரிவிக்க, ஆனும் ஏற்றுக் கொண்டார்.

ஒரு வழக்கறிஞராக ஆனதும், ஆன் ரட்லெட்ஜைத் திருமணம் செய்து கொள்வது என்று முடிவெடுத்திருந்தார் லிங்கன். அதற்குள் விஷக்காய்ச்சல் தாக்கி, படுத்த படுக்கையாகக் கிடந்த ஆன் ரட்லெட்ஜ், ஒரு நாள் இறந்துபோனார். ஆனை இழந்த லிங்கன், பரிதவித்துப் போனார். கிட்டத்தட்டப் பித்துப் பிடித்த நிலை. லிங்கன் இருந்த இடத்திலிருந்து ஆனின் கல்லறை இருந்த இடம் கிட்டத்தட்ட ஐந்து மைல்கள் தூரத்தில் இருந்தது. தினமும் அந்தக் கல்லறை இருந்த இடத்துக்கு நடந்தே போய் அழுதுவிட்டு வருவார் லிங்கன்.

மழை பெய்தால் 'அவளுடைய கல்லறை நனையுமே!' என்று அழுவார். பனி பெய்தால், 'ஆனுக்குக் குளிருமே!' என்று பதறு வார். ஆன் ரட்லெட்ஜை நினைத்தபடி சங்கமன் ஆற்றோர மாகவே நடந்து திரிவார். இந்தச் சந்தர்ப்பத்தில் அவருக்கு உறு துணையாக இருந்தவர் பௌலிங் கிரீன் என்ற நண்பர்தான். பௌலிங் கிரீன், ஆபிரஹாம் லிங்கனைத் தன் கூடவே வைத்துக் கொண்டார். விறகு வெட்டுதல், மாடுகளைப் பராமரித்தல் முதலிய வேலைகளைச் செய்யச் சொல்லி, அவருடைய கவனத்தைத் திசை திருப்பினார். ஆனாலும் ஆனை இழந்த கவலை லிங்கனை ரொம்ப நாளைக்கு அழுத்திக் கொண்டே இருந்தது.

லிங்கன்-ஆன் காதல் அமெரிக்காவுக்கே தெரிந்திருந்தாலும், லிங்கன் ஒருமுறைகூட ஆனின் பெயரை உச்சரித்ததில்லை. இதனாலேயே இந்தக் காதலை வெறும் கிசுகிசு என்று சொல்பவர்களும் உண்டு.

அதேபோல, நியூ சேலத்தில் இருந்த மேரி ஓவன்ஸ் என்கிற பெண்ணையும் லிங்கன் காதலித்ததாகச் சொல்லப்படுவதுண்டு. ஆனால், என்ன காரணத்தாலோ மேரி ஓவன்ஸ் லிங்கனின் காதலை ஏற்கவில்லை.

லிங்கனின் இந்த இரு காதல் விவகாரங்களையும் ஊடகங்கள் வரிந்து கட்டிக்கொண்டு எழுதித் தீர்த்தன. அதுவும் அவர் அமெரிக்க ஜனாதிபதியான பிறகு இந்தக் கனலை ஊதி ஊதிப் பெரிதாக்கின ஊடகங்கள். லிங்கன் ஒரு சாதாரண மனிதராகவே இறுதிவரை வாழ்ந்திருந்தால் இந்தக் காதல்கள் அம்பலத்துக்கு வந்திருக்கவே வந்திருக்காது. ஆனால், இறுதி வரை லிங்கன் தம் காதலைப் பற்றி யார் கேட்டாலும் வாயே திறக்கவில்லை.

இல்லினாய்ஸில் சட்டமன்ற உறுப்பினர்கள் இரண்டாண்டு காலத்துக்குத்தான் பதவியில் இருக்க முடியும். எனவே, 1834-ம் ஆண்டு மறுபடியும் தேர்தல் வந்துவிட்டது. இந்த முறையும் தேர்தல் ஜுரத்துக்கு ஆளானார் லிங்கன்.

அப்போது பலம் வாய்ந்த கட்சிகளாக இருந்தவை இரண்டு. ஜனநாயகக் கட்சி. விக் (Whig) கட்சி. லிங்கன் விக் கட்சியின் உறுப்பினர். லிங்கன் விக் கட்சியின் சார்பாகத்தான் போட்டி யிட்டார். ஆனால், ஜனநாயகக் கட்சியிலிருந்த சிலரும் லிங்கனை ஆதரித்தார்கள். எனவே, மற்ற வேட்பாளர்களைவிட மிக அதிக மான வாக்கு வித்தியாசத்தில் வெற்றிபெற்றார்.

லிங்கன் தேர்தலில் வேட்பாளராகப் போட்டியிட்டபோது நடந்த சம்பவம் ஒன்றைப் பார்ப்போம். அவரது வெற்றி வாய்ப்பு எவ்வளவு தெளிவாக இருந்தது என்பது புரியும்.

'சட்டமன்ற உறுப்பினர் பதவிக்குப் போட்டியிடுகிறாரே லிங்கன்... யாருங்க அவரு?' என்று தன் நண்பர் ஹெர்ன்டனிடம் (Herndon) கேட்டார் டாக்டர் பேரட் (Dr.Barrett).

'நாளைக்கு பெரிலினுக்குப் போங்க. அங்கதான் அவரு நாளைக்குப் பேசப் போறாரு. அவரு பேசறதைக் கேளுங்க. அதுக்கப்புறம் அவரு யாருன்னு நீங்க தெரிஞ்சுக்குவீங்க.'

அடுத்த நாள் இருவரும் லிங்கன் பேசப் போகிற இடத்துக்குப் போனார்கள். லிங்கனைப் பார்த்ததும் டாக்டர் பேரட்டால் ஆச்சரியத்தையும் அதிர்ச்சியையும் கட்டுப்படுத்த முடிய வில்லை. அவர் பார்வைக்கு லிங்கன் உயரமான, அழகற்ற, சாதாரண மனிதர், அவ்வளவுதான்.

'நம்ம விக் கட்சிக்கு இவரைவிட நல்ல வேட்பாளர் யாரும் கிடைக்கலையா? ஒருவேளை இந்த மனுஷர் எலெக்ஷன்ல ஜெயிச்சு, சட்டமன்றத்துக்குப் போனார்னா, இவரோட தோற்றமே இவருக்கு எதிரியா மாறிடும்.'

சிறிது நேரம் கழித்து, லிங்கன் மேடையில் எழுந்து நின்றார். பேச ஆரம்பித்தார். டாக்டர் பேரட் அசுவாரசியமாகத்தான் முதலில் லிங்கனின் பேச்சைக் கேட்டார். சிறிது நேரம் ஆனது. லிங்கனின் பேச்சில் இனம்புரியாத வசிய மந்திரம் ஏதோ இருப்பது புரிந்தது. எல்லோரும் வெகு சிரத்தையாக லிங்கனின் பேச்சை ரசித்துக்

கேட்பதைக் கவனித்தார். மேலும் கொஞ்ச நேரம் ஆனது. பேரட் லிங்கனின் உணர்ச்சிப் பிரவாகமான பேச்சில் தம்மை அறியாமலேயே ஆழ்ந்து போனார். இன்னும் கொஞ்ச நேரம் ஆனது. லிங்கனின் பேச்சுக்கு அவரும் மற்றவர்களைப் போலவே அவ்வப்போது உற்சாகக் குரல் எழுப்பினார். கைதட்டினார். நெக்குருகினார். தழுதழுத்தார். சுருக்கமாகச் சொல்லவேண்டுமென்றால் பேரட் லிங்கனின் பேச்சில் கரைந்து போனார்.

லிங்கன் பேசி முடித்ததும் இடி இடித்ததுபோலக் கரவொலி எழுந்தது. பேரட்டின் கைகளும் கரவொலியை எழுப்பிக் கொண்டிருந்தன.

ஹெர்ன்டன் கேட்டார். 'இப்ப என்ன சொல்றீங்க?'

'நான் சொன்னதை மறந்துடுங்க. நம்ம யாரைவிடவும் இவருக்கு அதிகமான விஷயங்கள் தெரிஞ்சிருக்கு. இந்தத் தேர்தல்ல நின்னு ஜெயிக்கறதுக்கு இவரைவிட பொருத்தமான ஆள் வேற யாரும் இருக்க முடியாது.'

அந்தத் தேர்தலில் ஆபிரஹாம் லிங்கன் 1376 வாக்குகள் பெற்று வெற்றி பெற்றார். தேர்தலில் வெற்றி பெற்றதும் லிங்கன் செய்த முதல் வேலை என்ன தெரியுமா? ஸ்மூட் (Smoot) என்பவரைச் சந்தித்ததுதான். ஆபிரஹாம், ஆஃபட் கடையில் வேலை பார்த்துக் கொண்டிருந்தபோது பழக்கமானவர் ஸ்மூட். ஆபிரஹாமின் மிக நெருங்கிய நண்பர்களில் ஸ்மூட்டும் ஒருவர்.

'சொல்லுங்க ஆபிரஹாம், என்ன திடீர்னு வந்திருக்கீங்க?'

'எனக்கு அவசரமாக் கொஞ்சம் பணம் வேணும்.'

'எவ்வளவு?'

'200 டாலர்.'

'எதுக்கு?'

'தேர்தல்ல ஜெயிச்சுட்டேன்ல. சட்டமன்றத்துக்குப் போட்டுட்டுப் போக நல்ல டிரெஸ் எதுவும் இல்ல. சட்டமன்றக் கூட்டத் தொடர் முடிஞ்சதும் கடனைத் திருப்பிக் கொடுத்துடறேன்.'

4

தேங்காய் மூடி வக்கீல்

1834 சட்டமன்றத் தேர்தல். அந்தத் தேர்தலில்தான் அரசியல் குறித்த அடிப் படைப் பாடங்களை லிங்கன் தெரிந்து கொண் டார். அந்தத் தேர்தலின் மூலமாகத்தான் அரசியல் தலைவர்களுடன் லிங்கனுக்குப் பழக்கம் ஏற்பட்டது. அந்தத் தேர்தல் பிர சாரத்தின்போதுதான், வழக்கறிஞரும் சட்டமன்ற உறுப்பினருமான ஸ்டூவர்ட்டு டன் லிங்கனுக்கு நெருங்கிய நட்பு ஏற்பட் டது.

ஸ்டூவர்ட், சட்டம் பயின்றவர். 1828-ம் ஆண்டிலிருந்து, ஸ்பிரிங்ஃபீல்டில் இருக் கும் நீதிமன்றத்தில் வழக்கறிஞராகப் பணி யாற்றி வந்தார். லிங்கனைவிட அவருக்கு இரண்டு வயது அதிகம். 1832-ம் ஆண்டு நடைபெற்றத் தேர்தலில் விக் கட்சியின் சார்பாகப் போட்டியிட்டு சட்டமன்ற உறுப் பினரானவர். ஸ்டூவர்ட், ஏற்கெனவே லிங்கனின் மனத்தில் கனன்று கொண்டிருந்த வழக்கறிஞராகும் ஆசையை ஊதிப் பெரிதாக்கினார்.

1834-ம் ஆண்டு நடந்த தேர்தலில், சங்கமன் மாவட்டத்திலிருந்து சட்டமன்ற உறுப்பினர்களாகத் தேர்ந்தெடுக்கப்பட்டவர்கள் நான்குபேர். விக் கட்சி சார்பாகப் போட்டியிட்டு வெற்றி பெற்றவர்கள் மூன்றுபேர் - ஆபிரஹாம் லிங்கன், ஜான் டாசன், ஸ்டூவர்ட். ஜனநாயகக் கட்சி சார்பாக வெற்றி பெற்றவர் வில்லியம் கார்பென்டர்.

இல்லினாய்ஸ் மாநிலத்தின் தலை நகரான வண்டாலியாவில் (Vandalia) நடந்த சட்டமன்றக் கூட்டங்களில் கலந்துகொள்ள நால்வரும் பயணமானார்கள். இல்லினாய்ஸ் மாநில சட்டமன்றத்தில் இரண்டு சபைகள் இருந்தன. பிரதிநிதிகள் சபை (பொதுச் சபை), செனட் சபை. பிரதிநிதிகள் சபையில் 55 உறுப்பினர்கள் இருந்தார்கள். செனட் சபையில் 26 செனட்டர்கள் இருந்தார்கள். பிரதிநிதிகள் சபையில் உறுப்பினர்களாக இருந்தவர்களில் பாதிப் பேர் விவசாயிகள்.

அந்தச் சட்டமன்றக் கூட்டத் தொடரில், முக்கியமாக, இரண்டு சட்ட வரைவுகள் முன்வைக்கப்பட்டன. ஒன்று அரசு வங்கி ஒன்றை உருவாக்குவது. மற்றொன்று இல்லினாய்ஸ் - மிச்சிகன் கால்வாயை வெட்டி, அட்லாண்டிக் பெருங்கடலின் கரையோடு இணைப்பது. லிங்கன் இந்த இரு தீர்மானங்களுக்கும் ஆதரவு அளித்தார். அந்தச் சட்டமன்றக் கூட்டத் தொடரில் கலந்து கொண்டதற்கு ஊதியமாகக் கிடைத்த தொகை 258 டாலர்கள். அந்தத் தொகையில் லிங்கன் செய்த முதல் செலவு, ஸ்மூட்டின் கடனை அடைத்தது.

★

1836, 1838, 1840-ம் ஆண்டுகளில் நடைபெற்ற சட்ட மன்றத் தேர்தல்களிலும் லிங்கன் வெற்றிபெற்றார். இரண்டாவது முறையாக அவர் 1836-ல் சட்டமன்ற உறுப்பினராகத் தேர்ந்தெடுக்கப்படுவதற்கு முன்பாக, இல்லினாய்ஸின் தலைநகரம் வண்டாலியாவிலிருந்து ஸ்பிரிங்ஃபீல்டுக்கு மாற்றப்பட்டது.

விக் கட்சி பணக்காரர்களின் கட்சி. ஏழைக்குடும்பத்தில் பிறந்து வளர்ந்த லிங்கன், ஜனநாயகக் கட்சியில் சேராமல் விக் கட்சியில் சேர்ந்ததற்குக் காரணம் இருந்தது. இல்லினாய்ஸில் அரசியல் கட்சிகள் வர்க்க அடிப்படையில் இயங்கவில்லை. கொள்கை அடிப்படையில் இயங்கின. ஜனநாயகக் கட்சியின் தலைவர்

ஜாக்சன். விக் கட்சியின் தலைவர் ஹென்றி கிளே. கிளேயை (Hendry Clay) லிங்கனுக்கு மிகவும் பிடிக்கும். அவருடைய கொள்கைகள் பிடிக்கும்.

அரசு வங்கியின் மூலம் நாட்டின் இயற்கை வளங்களைப் பெருக்குவது, நாணயத்தின் மதிப்பை நிலை நிறுத்துவது, நாட்டின் பொருளாதார வளர்ச்சிக்குப் பாடுபடுவது, வளரும் தொழில்களைப் பாதுகாப்பதற்காக இறக்குமதி வரி விதிப்பது ... இவை விக் கட்சியின் கொள்கைகளில் முக்கியமான சில கொள்கைகள். இந்தக் கொள்கைகளைவிட லிங்கனை மிகவும் கவர்ந்த கொள்கை ஒன்று உண்டு. அடிமைமுறையை ஒழிப்பது. அரசியல் கட்சிகள் கொள்கைரீதியாக வலுப்படாத காலகட்டத்தில் லிங்கன், கிளேவைத் தம் தலைவராக ஏற்றுக் கொண்டதற்கு இதுதான் காரணம்.

இந்தக் கொள்கைகளோடு லிங்கனும் அந்தத் தேர்தலின்போதே சுயமாகச் சில கொள்கைகளையும் வைத்திருந்தார். அரசு பொருளாதார விவகாரங்களில் தலையிடக்கூடாது என்ற கொள்கையை அவர் ஏற்க மறுத்தார். தனியார் தொழில்களை வளர்க்கவேண்டுமானால், அரசாங்கம் விவசாயம், போக்கு வரத்து ஆகிய துறைகளுக்கு அரசு தாராளமாக நிதி உதவி வழங்கவேண்டும் என்பது அவரது கருத்தாக இருந்தது.

லிங்கன் சொன்னார்: 'மனிதர்கள் தங்களால் தனிப்பட்ட முறையில் செய்துகொள்ள முடியாத வசதிகளை, வளர்ச்சிகளை அரசு முன் வந்து செய்து கொடுக்க வேண்டும்.'

லிங்கன் அரசியலுக்கு வந்தாலும் ஒரு சராசரி அரசியல்வாதியைப் போல அவர் எப்போதும் நடந்துகொண்டதில்லை.

ஒரு முறை லிங்கனின் தேர்தல் செலவுக்காக விக் கட்சி மேலிடம், 200 டாலர்களைக் கொடுத்திருந்தது. தேர்தல் முடிந்தது. லிங்கன் கட்சி அலுவலகத்துக்கு வந்தார். தன் பாக்கெட்டிலிருந்து கொஞ்சம் பணத்தை எடுத்து வைத்தார்.

கட்சி அலுவலகத்தில் இருந்தவர் ஆச்சரியமாகப் பார்த்தார்.

'மிஸ்டர் லிங்கன்! என்ன இது?'

'தேர்தல் செலவுக்குப் பணம் கொடுத்தீங்கல்ல. செலவு போக மீதிப் பணம்.'

அவர் அந்தப் பணத்தை எண்ணிப் பார்த்தார். 199 1/4 டாலர்கள் பணம் இருந்தது.

'எனக்கு தேர்தல்ல ரொம்பப் பணம் செலவாகலை. என்னோட குதிரையில் ஏறித்தான் நான் பிரசாரத்துக்குப் போனேன். நண்பர்களின் வீட்டுலதான் சாப்பிட்டேன். சில விவசாயிகள் கொஞ்சம் மது வாங்கித்தரச் சொல்லி ரொம்ப வற்புறுத்திக் கேட்டாங்க. அதுனாலதான் கொஞ்சம் பணத்தைச் செலவழிக்க வேண்டியதாயிடுச்சு. இல்லைன்னா முழுத்தொகையையும் திருப்பிக் கொடுத்திருப்பேன்' என்றார் லிங்கன்.

இன்னொரு சமயம் நகரில் தேர்தல் பிரசாரம் சூடு கிளப்பிக் கொண்டிருந்தது. அப்போதெல்லாம் அமெரிக்காவில் ஒரு வேட்பாளர் பொதுக்கூட்டத்தில் பேசும்போது, எதிர்க்கட்சி வேட்பாளர் அந்தக் கூட்டத்துக்குப் போய் பேச்சை கவனிக்கலாம், கவனிப்பார். சில சமயங்களில் இரண்டு வேட்பாளர்களும் ஒரே மேடையில் பேசக்கூடச் செய்வார்கள். (நம்ம ஊர் மாதிரி முதல் நாள் நடந்த எதிர்க்கட்சிக் கூட்டத்துக்கு பதில் சொல்ல, அடுத்த நாள் தெருவை அடைத்து மேடை போடுவது, சோடாவைக் குடித்துவிட்டு திட்டித் தீர்ப்பது, பத்திரிகைகளில் பதில் அறிக்கை விடுகிற சமாசாரமெல்லாம் இல்லை. நேரடியாகவே பேசலாம்).

லிங்கனின் எதிரணியைச் சேர்ந்த பீட்டர் கார்ட்ரைட் (Peter Cartright) என்பவர் தேர்தல் பிரசாரம் செய்த கூட்டத்துக்கு லிங்கனும் போயிருந்தார். கார்ட்ரைட் மதவெறி பிடித்தவர். பேசி முடித்ததும் லிங்கனை ஓரக்கண்ணால் பார்த்தார். மேசையைத் தட்டினார்.

'உங்களில் யார் யார் சொர்க்கத்துக்குப் போக விரும்புகிறீர்களோ, அவர்கள் எல்லாம் எனக்கு ஓட்டுப் போடுங்கள். சரி. சொர்க்கத்துக்குப் போக விரும்புகிறவர்கள் எல்லோரும் எழுந்து நில்லுங்கள்' என்றார் கார்ட்ரைட்.

கூட்டத்தில் இருந்தவர்கள் எல்லோரும் ஒவ்வொருவராக எழுந்து நின்றார்கள். லிங்கன் மட்டும் எழுந்து நிற்கவில்லை. லிங்கனுக்கு மதப்பற்று இல்லை என்பதை நிரூபிப்பதற்கு நல்ல வாய்ப்பு வந்துவிட்டது என்று உள்ளுக்குள் மகிழ்ந்தார் கார்ட்ரைட்.

‘என்ன மிஸ்டர் லிங்கன்! நீங்கள் சொர்க்கத்துக்குச் செல்ல விரும்ப வில்லையா? அப்படியானால் எங்கு செல்ல விரும்புகிறீர்கள்?’ என்று கேட்டார்.

லிங்கன் எழுந்தார். தன்னுடைய குடையை எடுத்து கக்கத்தில் வைத்துக் கொண்டார்.

‘நான் காங்கிரஸுக்குச் செல்ல விரும்புகிறேன்.’

அந்தத் தேர்தலில் லிங்கன்தான் வெற்றிபெற்றார்.

★

இயல்பாகவே சட்டப்புத்தகங்களைப் படிப்பதில் இருந்த ஆர்வமும் வாதாடும் திறமையும் லிங்கனை ஒரு வழக்கறிஞராகக் கொண்டுவந்து நிறுத்தின. கீழ்நீதிமன்றங்களில் சின்னச் சின்ன வழக்குகளில் அங்கீகாரம் பெறாத வழக்கறிஞராக ஆஜரானார். சட்டமன்றத் தேர்தலில் அறிமுகமான ஜான் டி.ஸ்டூவர்ட் மற்றும் நண்பர்கள் சிலர் அவரை வழக்கறிஞர் தேர்வை எழுதச் சொல்லி வற்புறுத்தினார்கள். வழக்கறிஞர் தொழிலை நிரந்தரமாகப் பார்ப்பதுதான் சரி என்று லிங்கனுக்கும் தோன்றியது.

வழக்கறிஞர் தேர்வுக்குத் தயாரானார் லிங்கன். அந்தத் தேர்வில் வழக்கமாகக் கேட்கப்படும் மேலெழுந்தவாரியான கேள்வி களுக்கு மிக நன்றாகவே பதிலளித்தார். 1836, செப்டெம்பர் 9-ம் தேதி அவருக்கு வழக்கறிஞர் தொழிலை நடத்துவதற்கான சான்றிதழ் கிடைத்தது. 1837, மார்ச் 1-ம் தேதி உச்ச நீதிமன்றத்தில், ஊழியர்களின் அலுவலகத்தில் வழக்கறிஞராகத் தன் பெயரைப் பதிவு செய்து கொண்டார் (நம்ம ஊர் பார் கவுன்சில் மாதிரி). இவையெல்லாம் வழக்கமாக அமெரிக்க நீதிமன்றங்களில் ஒரு வழக்கறிஞருக்கு நடக்கும் சம்பிரதாய நிகழ்ச்சிகள்.

இப்போது நியூ சேலத்திலிருந்து ஸ்பிரிங்ஃபீல்டுக்குப் போவது அவருக்கு அவசியமாகிவிட்டது. அதற்குக் காரணங்களும் இருந்தன. முதலாவது முக்கியக் காரணம் இல்லினாய்ஸின் தலைநகரம் ஸ்பிரிங்ஃபீல்டுக்கு மாறியிருந்தது. அங்கு அவர் வழக்கறிஞர் தொழிலைத் தொடங்குவதுதான் அவரது எதிர் காலத்துக்கு நல்லது. தவிரவும் நண்பர்கள் பலரும் அவரை ஸ்பிரிங்ஃபீல்டுக்குப் போகச்சொல்லி வற்புறுத்திக் கொண்டு இருந்தார்கள்.

அவரது அத்தியாவசியமான சில பொருள்களுடன் ஸ்பிரிங்ஃபீல்டுக்குப் பயணமானார் லிங்கன். அத்தியாவசியமான பொருள்கள் என்றால் பணமோ, நகையோ அல்ல. கொஞ்சம் புத்தகங்கள், இரண்டு மூன்று செட் துணிகள், ரொக்கமாக ஏழு டாலர்கள் பணம். அவ்வளவுதான்.

1837, ஏப்ரல் 15. எப்படியோ ஸ்பிரிங்ஃபீல்டுக்கு வந்து சேர்ந்து விட்டார். அப்படி இப்படித் தேடி சுமாரான ஓர் வீட்டையும் வாடகைக்குப் பிடித்துவிட்டார். இப்போது வீட்டுக்குத் தேவையான அத்தியாவசியப் பொருள்களை வாங்க வேண்டும். சாப்பாடுகூடப் பரவாயில்லை. ஓட்டலில் சாப்பிட்டுக் கொள்ளலாம். படுக்கை இல்லையென்றால் குளிரைத் தாங்க முடியாது. நிம்மதியாகத் தூங்கவும் முடியாது.

ஆபிரஹாம் ஒரு கடைக்குப் போனார். அந்தக் கடையின் சொந்தக்காரர் பெயர் ஜோஷுவா ஸ்பீட்.

'எனக்கு ஒரு படுக்கை வேணும். சுமாரா இருந்தாக்கூட போதும். விலையைக் கொஞ்சம் பாத்துச் சொல்றீங்களா?'

ஜோஷுவா ஆபிரஹாமை மேலும் கீழும் பார்த்தார். வறுமையும் கவலையும் படர்ந்திருந்த அவருடைய முகத்தையும் தோற்றத்தையும் பார்த்தார். பிறகு ஒரு பேப்பரில் கணக்குப் போட்டார்.

'பதினேழு டாலர் ஆகும்.'

'விலை ரொம்ப மலிவாத்தான் இருக்கு. ஆனா, இப்போ அவ்வளவு பணம் என்கிட்ட இல்லை. நான் இந்த ஊருக்கு வக்கீல் வேலை பாக்கறதுக்காக வந்திருக்கேன். வக்கீல் தொழில்ல நான் நிலைச்சு நின்னு, சம்பாதிச்சுட்டேன்னா வர்ற கிறிஸ்துமஸுக்குள்ள உங்க கடனை அடைச்சுடறேன்.'

'ஒரு வேளை நீங்க வக்கீல் தொழில்ல நிலைச்சு நிக்க முடியாமப் போயிடுச்சுன்னா...?'

ஆபிரஹாம் தலையைக் குனிந்தபடி சொன்னார். 'என்னால பணம் கொடுக்க முடியாது.'

ஜோஷுவா இதுவரை இப்படிப்பட்ட ஒரு மனிதரைப் பார்த்ததில்லை. ஆபிரஹாமைப் பார்க்கப் பார்க்க ஆச்சரியமாக இருந்தது. இப்படி ஒரு நேர்மையான ஆளுக்கு இப்படி ஒரு

வறுமையா என்று இரக்கம் சுரந்தது. ‘என்னுடைய வாழ்நாளி லேயே அவ்வளவு துயரம் தோய்ந்த முகத்தைப் பார்த்ததில்லை’ என்று அந்த நிகழ்ச்சியைப் பற்றிப் பிற்பாடு சொன்னார் ஜோஷுவா ஸ்பீட்.

ஜோஷுவாவுக்கு ஒரு யோசனை தோன்றியது. ‘இங்க பாருங்க. கடன் வாங்கினீங்கன்னா உங்களுக்கும் கஷ்டம். எனக்கும் கஷ்டம். ரெண்டு பேருமே கஷ்டப்பட வேண்டியதில்ல. நான் ஒண்ணு சொல்றேன் கேக்குறீங்களா?’

‘சொல்லுங்க.’

‘என்னோட ரூம்ல ரெண்டு படுக்கை இருக்கு. நீங்க வேணும்னா அதுல ஒண்ணைப் பயன்படுத்திக்கலாம்.’

‘உங்க ரூம் எங்க இருக்கு?’

‘மாடியில.’

ஆபிரஹாம் வேறு ஒன்றுமே பேசவில்லை. தன்னுடைய பையைத் தூக்கிக் கொண்டு மாடிப் படிகளில் ஏறினார். தன் பையை வைத்தார். கீழே இறங்கிவந்தார்.

‘மிஸ்டர் ஸ்பீட்! நான் உங்க வீட்டுக்குக் குடிவந்துட்டேன்’ என்றார்.

★

ஸ்பிரிங்ஃபீல்டுக்கு வந்து கிட்டத்தட்ட நான்கு ஆண்டுகளுக்கு எந்த வாடகையும் கொடுக்கவில்லை லிங்கன். ஜோஷுவா ஸ்பீடின் தந்தை ஜான் ஸ்பீட் 1840, மார்ச் 30-ம் தேதி இறந்து போனார். அதற்குப் பிறகு, ஜோஷுவாவுக்கு ஸ்பிரிங்ஃபீல்டில் இருக்கப் பிடிக்கவில்லை. கடையை விற்றுவிட்டு, கென்டகியில், லூயிஸ்வில்லிக்குப் பக்கத்தில் இருக்கும் தன் சொந்த ஊரான ஃபார்மிங்டனுக்கே இடம் பெயர்ந்தார். அப்போதுதான் இருவரும் பிரிந்தார்கள்.

ஸ்பிரிங்ஃபீல்டில் ஆபிரஹாமுக்கு உதவிய மற்றொரு நண்பர் வில்லியம் பட்லர். லிங்கனின் உணவு, உடைத் தேவைகளைப் பெரும்பாலும் கவனித்துக் கொள்வது பட்லர்தான். பட்லரும் ஸ்பீடும் உதவி செய்திருக்காவிட்டால், லிங்கனால் வக்கீல்

வேலையைப் பார்த்திருக்க முடியாது. வேறு வேலை ஏதாவது பார்த்திருப்பார். அல்லது மூட்டையைக் கட்டிக்கொண்டு இல்லினாய்ஸுக்கே திரும்பியிருந்தாலும் திரும்பியிருப்பார். காரணம், வக்கீல் தொழிலில் அவர் நினைத்தமாதிரி வருமானம் பெரிதாகக் கிடைக்கவில்லை.

ஏற்கெனவே பேசியபடி, ஜான் டி.ஸ்டூவர்ட்டுடன் கூட்டாகச் சேர்ந்துதான் வழக்கறிஞர் தொழிலைத் தொடங்கினார் லிங்கன். ஆனால் ஸ்டூவர்ட்டுக்கு வழக்கறிஞர் தொழிலில் அவ்வளவாக ஆர்வம் இருக்கவில்லை. சொல்லப்போனால், அவருடைய அரசியல் வேலைகளைச் செய்வதற்கே அவருக்கு நேரம் சரியாக இருந்தது. லிங்கன்தான் வழக்கறிஞர் தொழிலைச் செய்தார்.

ஸ்டூவர்ட்டுடன் ஆபீஸ் போட்டு உட்கார்ந்துவிட்டார் லிங்கன். ஆபீஸ் என்றால் கண்ணாடிக் கதவுகளும் குளிர்சாதனமும் பொருத்திய, சோஃபா, குஷன் நாற்காலிகளுடன் கூடிய பெரிய அலுவலகம் அல்ல. ஒரு சின்ன அறை. ஒரு நாற்காலி. வாடிக்கை யாளர்களோ, யாராவது வந்தாலோ உட்காருவதற்கு ஒரு மர பெஞ்ச். சில சட்டப் புத்தகங்கள். அவ்வளவுதான்.

வழக்கறிஞர் தொழிலைத் (கூட்டாக) தொடங்கிய ஆறு மாதங் களில் லிங்கனுக்குக் கிடைத்த மொத்த வழக்குகள் ஐந்து. கிடைத்த வருமானம் - முதல் வழக்குக்கு இரண்டரை டாலர், அடுத்த இரண்டு வழக்குகளுக்குத் தலா ஐந்து டாலர்கள், நான்கா வது வழக்குக்குப் பத்து டாலர்கள், ஐந்தாவது வழக்குக்குப் பணத்துக்குப் பதிலாக, ஒரு கோட்டுதான் கூலி. கிட்டத்தட்ட நம்ம ஊர் தேங்காய்மூடி வக்கீல் மாதிரிதான்.

வழக்கறிஞர் தொழிலில் லிங்கனுக்குப் பணரீதியாக ஏமாற்றம் என்றாலும் ஆத்மார்த்தமாக அதை விரும்பிச் செய்தார்.

லிங்கன், ஸ்பிரிங்ஃபீல்டுக்கு வந்த ஒரு வருட காலத்தில் மறுபடியும் தேர்தல் வந்தது. அந்தத் தேர்தலில் போட்டியிட்டு, வெற்றிபெற்ற லிங்கன், மூன்றாவது முறையாகச் சட்டமன்ற உறுப்பினராகத் தேர்ந்தெடுக்கப்பட்டார். இல்லினாய்ஸ் மாநிலத்தின் விக் கட்சியின் தலைவராகவும் ஆகிவிட்டார். அப்போதைய காலகட்டத்தில், அமெரிக்காவில் ஜனநாயகக் கட்சி, விக் கட்சி இவை இரண்டும்தான் பெரியகட்சிகள் என்றா லும், விக் கட்சி அவ்வளவு பலம் வாய்ந்த கட்சியாக இல்லை.

ஓர் ஆண்டில் சில வாரங்கள் மட்டுமே சட்டமன்றம் கூடும். எனவே, லிங்கன் தமது பெரும்பாலான நேரத்தைத் தமது சட்டத் தொழிலுக்காகவே செலவழித்தார். ஸ்பிரிங்ஃபீல்டிலிருந்த நீதிமன்றங்களும் ஓர் ஆண்டுக்கு சில வாரங்களே இயங்கி வந்தன. நீதிபதிகள் தங்கள் அதிகார எல்லைக்குட்பட்ட மாவட்டங்களில் உள்ள ஒவ்வொரு நகரமாகப் போய் வழக்குகளை விசாரிப்பார்கள். வழக்கறிஞர்களும் பெட்டியைத் தூக்கிக் கொண்டு ஊர் ஊராகப் போய் வழக்குகளில் வாதாடுவார்கள். ஊர் ஊராகப் போவது லிங்கனுக்கு மிகவும் பிடித்திருந்தது.

1840-ம் வருடம் லிங்கன் மறுபடியும் சட்டமன்ற உறுப்பினர் தேர்தலில் நின்று வெற்றிபெற்றார். அந்த வருடம்தான் ஜெனரல் வில்லியம் ஹாரிசன் ஜனாதிபதித் தேர்தலில் போட்டியிட்டார். கட்சிக் கூட்டத்தைக் கூட்டிக் குடியரசுத் தலைவர் தேர்தலில் போட்டியிடும் வேட்பாளரான வில்லியம் ஹாரிசனை முறையாக அறிமுகப்படுத்தினார்கள், விக் கட்சிக்காரர்கள். லிங்கன் இல்லினாய்ஸ் மாநிலத்திலுள்ள பல ஊர்களுக்குச் சென்று தீவிர பிரசாரம் செய்தார். அந்தத் தேர்தலில் ஹாரிசன் வெற்றி பெற்றார். ஆனால், அந்த வெற்றி லிங்கனால் வந்ததல்ல; இல்லினாய்ஸ் மாநிலத்தில் ஜனநாயகக் கட்சியைச் சேர்ந்தவர் ஜெயித்திருந்தார். ஜனாதிபதித் தேர்தலில் வெற்றி பெற்றாலும் ஹாரிசன் அமெரிக்க ஜனாதிபதியாக ஒரு மாதம் மட்டுமே இருந்தார். இறந்து விட்டார்.

இதேசமயம், லிங்கன்மீது ஒரு பெண் காதல் வயப்பட்டார். அவர் பெயர் மேரி டாட் (Mary Todd).

லிங்கனின் நண்பர்களில் ஒருவர் நினியன் எட்வர்ட்ஸ் (Ninian Edwards). இல்லினாய்ஸ் மாநில சட்டமன்ற உறுப்பினர்களில் ஒருவராகவும் இருந்தார். இவரது மைத்துனிதான் மேரி டாட். மேரி டாடின் சொந்த ஊர் கென்டகியிலிருந்த லெக்சிங்டன். 1839-ம் வருடம் சொந்த ஊரிலிருந்து ஸ்பிரிங்ஃபீல்டுக்கு வந்தார் மேரி. படித்தவர். அழகானவர். வசதியான, பாரம்பரியப் பெருமை மிக்கக் குடும்பத்தைச் சேர்ந்தவர். மேரி டாடின் தாத்தா லெவி டாட், கென்டகி மாநிலத்திலிருந்து எவ்விந்தியர்களை விரட்டி, அமெரிக்காவுடன் இணைந்த படையில் மேஜர் ஜெனரலாக இருந்தவர். அப்படிப்பட்ட மேரிக்கு எளிமையான, கவர்ச்சியில்லாத ஆபிரஹாம் லிங்கன் மீது காதல் வந்ததுதான் ஆச்சரியத்திலும் ஆச்சரியம்.

மேரியின் காதலுக்கு ஆரம்பத்திலிருந்தே முட்டுக்கட்டை போட்டார் அவரது அக்கா எலிசபெத்.

'அவரா! எப்போ பாத்தாலும் வேலை வேலைன்னு சட்ட மன்றத்துக்கும் நீதிமன்றத்துக்கும் அலைஞ்சுக்கிட்டுல்ல இருப் பாரு. அவர்க்கிட்ட என்ன இருக்கு? பண்பு இருக்கா, அழகு இருக்கா? நாட்டியமாடத் தெரியுமா? நாகரிகமாப் பேசத் தெரி யுமா? அவர்க்கிட்ட என்ன இருக்குன்னு அவரைக் கல்யாணம் பண்ணிக்கணும்னு நெனைக்கறே?'

இதுதான் எலிசபெத்தின் வாதம். ஆனாலும் மேரி டாட், லிங்கனைத் திருமணம் செய்து கொள்ளவேண்டும் என்பதில் உறுதியாக இருந்தார். அதற்குக் காரணமும் இருந்தது. மேரி பகட்டு, பெருமை, ஆடம்பரப் பிரியை. இன்று இல்லாவிட்டா லும் ஒரு நாள் லிங்கன் அரசியலில் பெரிய ஆளாக வந்துவிடுவார் என்று நம்பினார். லிங்கன் பெரிய ஆளாகிவிட்டால் தான் நினைத்தது எல்லாம் நடக்கும் என்பது அவருக்கு நன்றாகத் தெரிந்திருந்தது.

ஆபிரஹாமுக்கும் மேரியைப் பிடித்திருந்தது. ஒரு நாள் அவர் மேரியிடம் சொன்னார்: 'நீ என்னைக் கல்யாணம் செஞ்சுக் கறேன்னு சொன்னது ரொம்பச் சந்தோஷமான விஷயம். ஆனா, என்னைக் கல்யாணம் செஞ்சுக்க நினைச்சது தப்புன்னு என்னிக் காவது தோணிச்சுன்னா உடனே என்கிட்டச் சொல்லிடணும். சொல்வியா?'

'சரி' என்றார் மேரி.

அது தேர்தல் காலம். லிங்கன் வேட்பாளராக நின்றிருந்தார். அன்றைக்கு ஓர் இடத்தில் தேர்தல் பிரசாரம் நடந்து கொண்டிருந் தது. அந்தக் கூட்டத்துக்கு மேரியும் போயிருந்தார். லிங்கன் பேசியதை மூச்சுக்கூட விடாமல் கேட்டது கூட்டம். மேரி டாட்டும் கேட்டார். பிரமித்துப் போனார்.

கூட்டம் முடிந்ததும் லிங்கன் மேரியைத்தான் தேடினார். அவரிடம் ஓடி வந்தார்.

'மேரி! என் பேச்சைக் கேட்டியா? எப்படி இருந்தது? நான் இந்தத் தேர்தல்ல ஜெயிச்சு சட்டமன்ற உறுப்பினர் ஆயிடுவேனா?'

கொஞ்ச நேரம் அமைதியாக இருந்தார் மேரி டாட். லிங்கனையே குறுகுறுவென்று பார்த்தார்.

'உங்க பேச்சைக் கேட்டேன். நீங்க சட்டமன்ற உறுப்பினர் ஆவீங்களோ, மாட்டீங்களோ எனக்குத் தெரியாது. ஆனா, ஒரு நாள் இந்த நாட்டுக்கே ஜனாதிபதியாயிடுவீங்க.'

★

மேரி டாடும் லிங்கனும் திருமணம் செய்துகொள்வது என்று முடிவெடுத்தார்கள். திருமணத் தேதியைக்கூட முடிவு செய்து விட்டார்கள். 1841, ஜனவரி முதல் தேதி திருமணம். இருவரும் தங்களுக்கு நெருங்கியவர்களுக்கெல்லாம் திருமணத்தைப் பற்றிச் சொல்லியும் விட்டார்கள். ஆனால் திருமண நாள் நெருங்குவதற்கு முன்பாக இருவருக்கிடையேயும் மெல்லிய திரையாக எழுந்த மனக்கசப்பு, மிகப் பெரிய இரும்புச் சுவராக மாறிக் கொண்டிருந்தது.

மேரிக்கு லிங்கனின் நடை, உடை, பழக்கவழக்கமெல்லாம் கொஞ் சமும் பிடிக்கவில்லை. கோடைகாலமா? லிங்கன் கோட்டோ, டையோ அணிய மாட்டார். 'இந்த வேக்காட்டுல இது வேறயா?' என்பார். சட்டையில் பட்டன் அறுந்துவிட்டதா? உடனே வேறு பட்டனைத் தேடி ஓட மாட்டார். அதைச் சரிசெய்ய அவருக்கு ஒரு பின்னோ, ஊசியோ போதும். அல்லது முள்.

இதெல்லாம் மேரிக்குச் சுத்தமாகப் பிடிக்கவில்லை. இவை யெல்லாம் மேரியைப் பொறுத்தவரை அநாகரிகம். 'ஏங்க! பட்டன் பிஞ்சிடுச்சுன்னா வேற பட்டனைத் தைச்சுக்கறது. முள்ளையா குத்திட்டுப் போவாங்க?'

'அவசரத்துக்கு இதுதான் கிடைச்சுது.' அசடு வழிய சிரிப்பார் லிங்கன். அல்லது பதில் பேசாமல் 'உம்'மென்று இருப்பார்.

இப்படி ஒன்றல்ல, இரண்டல்ல. நூறு பிரச்னைகள். தானும் மேரி யும் இருவேறு துருவங்கள் என்பது லிங்கனுக்குப் புரிந்தது. எனவே, திருமணம் செய்துகொண்டு, பின்னால் வருந்துவதை விட, மேரியிடமிருந்து விலகிவிடுவது நல்லது என்று நினைத் தார்.

ஒரு நாள் ஜோஷுவா ஸ்பீடின் முன்னால் வந்து நின்றார் லிங்கன்.

'ஸ்பீட்! எனக்கு ஒரு உதவி செய்ய முடியுமா?'

'என்ன செய்யணும்?'

'இந்த லெட்டரை மேரி டாட்கிட்டக் கொடுத்துடணும்.'

'மேரிக்கா? எதுவா இருந்தாலும் நேர்ல சொல்லிடலாமே! அப்படி என்ன முக்கியமான விஷயம்?'

'நான் மேரியை விரும்பலைன்னும் அவளைக் கல்யாணம் செஞ்சுக்க முடியாதுன்னும் இதுல எழுதியிருக்கேன்.'

ஆபிரஹாம் சொன்னதைக் கேட்டு ஆடிப்போய்விட்டார் ஸ்பீட்.

'உங்களுக்கென்ன பைத்தியமா பிடிச்சிருக்கு? இவ்வளவு நாள் பழகிட்டு, கல்யாணத்துக்குத் தேதி குறிச்சிட்டு, திடீர்னு பிடிக்கலைன்னு சொல்றீங்களே? ஊர்ல உள்ளவங்க எல்லாம் உங்களை எவ்வளவு தப்பா நினைப்பாங்கத் தெரியுமா? அதை விடுங்க. அந்தப் பொண்ணு மனசு என்ன பாடு படும்?'

லிங்கன் பதிலே பேசவில்லை. ஸ்பீட் சொல்வதைத் தலையைக் குனிந்தபடி கேட்டுக் கொண்டிருந்தார். விடாமல் பேசினார் ஸ்பீட். லிங்கன் கொடுத்தக் கடிதத்தை சுக்குநூறாகக் கிழித்து, லைட்டரால் கொளுத்தினார்.

'இந்த மாதிரி விஷயத்தை லெட்டர்ல சொல்றது கோழைத்தனம். எதுவா இருந்தாலும் நேர்ல போய்ப் பேசுங்க. '

தலையை ஆட்டினார் லிங்கன். மெதுவாக எழுந்தார். வெளியே இறங்கி நடந்தார்.

★

மேரியின் வீட்டில் இருந்த எல்லோரும் லிங்கனைச் சந்தோஷ மாக வரவேற்றார்கள். லிங்கனும் மேரியும் ஓர் அறையில் தனியே அமர்ந்து பேசினார்கள். முகம் முழுக்கச் சந்தோஷமும் சிரிப்பு மாக எதைஎதையோ பேசிக்கொண்டிருந்தார் மேரி. லிங்கன் மெதுவாக விஷயத்தை ஆரம்பித்தார். பிறகு தைரியத்தை வரவழைத்துக்கொண்டு போட்டு உடைத்துவிட்டார்.

'மேரி! எனக்கென்னவோ நாம கல்யாணம் பண்ணிக்கறது சரியா இருக்கும்னு தோணலை. ரெண்டு பேரும் எல்லா விஷயத்துல யும் வேற வேறயா இருக்கோம். கற்பனைகள், லட்சியங்கள், வாழ்க்கைமுறை, பழக்கவழக்கம் எல்லாத்துலயுமே ரெண்டு

பேரும் ரெண்டு துருவமா இருக்கோம். நம்ம திருமண வாழ்க்கை ரொம்ப நாளைக்கு நீடிக்குமான்னு தெரியல. நாம ரெண்டு பேரும் விரும்பினதுகூட உண்மைதானான்னு எனக்குச் சந்தேகம் வந்துடுச்சு. இப்படிப் பிடிக்காம கல்யாணம் செஞ்சுக்கறதைவிட, கல்யாணமே செஞ்சுக்காம இருக்கறது நல்லதில்லையா? என்னை மன்னிச்சுடு மேரி. நாம பிரிஞ்சுடலாம்.'

லிங்கன் பேசிக்கொண்டிருக்கும்போதே பொலபொலவெனக் கண்ணீர் வடிக்க ஆரம்பித்துவிட்டார் மேரி டாட். லிங்கன் பேசி முடித்ததும் உடைந்து அழுதார். அப்படி ஓர் அழுகை. லிங்கனால் தாங்கமுடியவில்லை. 'அழாதே மேரி! அழாதே மேரி!' என்று சமாதானம் சொல்லத் தொடங்கினார். ஒரு கட்டத்தில் வெடித்து அழும் மேரியைச் சமாதானம் செய்ய வேறு வழி தெரியாமல், 'சரி! அப்படியே நடக்கட்டும். நான் உன்னைக் கல்யாணம் செஞ்சுக்கறேன்' என்று சொல்லிவிட்டார். அதற்குப் பிறகுதான் மேரியின் அழுகை நின்றது.

வெளியே வந்ததும் மனம் முழுக்க இருள் சூழ்ந்த மாதிரி இருந்தது ஆபிரஹாம் லிங்கனுக்கு. சொல்லிவிட்டாரே தவிர, அவருக்குக் கொஞ்சமும் திருமணத்தில் இஷ்டமில்லை. ஆடம்பரத்தையும், பகட்டான வாழ்க்கையையும் விரும்புகிற பெண் மேரி. அவரோ, கிடைத்ததைச் சாப்பிட்டு, ஏதோ ஓர் இடத்தில் சுருண்டுகொண்டு தூங்கும் எளிமையான மனிதர். திருமணத்துக்குப் பிறகு மேரி அவருக்கு ஏற்றமாதிரி மாறுவதற்குக் கொஞ்சமும் வாய்ப்பில்லை. ஆனால், அவர் மேரி இழுத்த இழுப்புக்கெல்லாம் போய்த்தான் ஆக வேண்டும். வேறு வழியில்லை. அதோடு, குடும்பமாகிவிட்டால் வருமானத்தைப் பெருக்க வழி செய்யவேண்டும். என்ன செய்வது? வாழ்க்கையில் மேரி டாட் என்கிற அந்தப் பெண்ணை ஏன்தான் சந்தித்தோமோ என்று இருந்தது லிங்கனுக்கு.

லிங்கன் வீட்டுக்கு வந்தார். ஜோஷுவா ஸ்பீட் ஆவலோடு காத்துக் கொண்டிருந்தார்.

'என்ன ஆச்சு? சொல்லிட்டீங்களா? மேரி டாட் என்ன சொன்னாங்க? சரின்னுட்டாங்களா?' கேள்விகளைச் சரமாகத் தொடுத்தார் ஸ்பீட்.

லிங்கன் நடந்ததைச் சொன்னார்.

‘தப்புப் பண்ணிட்டீங்களே ஆபிரஹாம். ஒரு முடிவை எடுத்தா அதுல உறுதியா இருக்கணும். இப்போ இரக்கப்பட்டு சரின்னுட் டீங்க. ஆனா மனசார நீங்க கல்யாணத்துக்கு ஒத்துக்கலை. நீங்க ரெண்டு பேரும் கல்யாணம் பண்ணிக்கிட்டா நிச்சயம் உங்க மண வாழ்க்கைச் சந்தோஷமா இருக்காது. சரி நடந்தது இருக்கட்டும். இப்போ உங்க உறவை மறுபடியும் புதுப்பிச்சுக்கிட்டு வந்துட் டீங்க. இனிமே இதை முறிக்கணும்னு நினைக்காதீங்க. நல்லதோ கெட்டதோ மேரியைக் கல்யாணம் பண்ணிக்கிட்டு சந்தோஷமா இருங்க.’

திருமண நாள் நெருங்கிக் கொண்டிருந்தது. இங்கே லிங்கன் பித்துப் பிடித்தவர்போல இருந்தார். அங்கே மேரி டாடின் வீட் டில் திருமண ஏற்பாடுகள் தடபுடலாக நடந்து கொண்டிருந்தது.

லிங்கன் தன்னுடைய வழக்கறிஞர் அலுவலகத்துக்குப் போவதை அடியோடு நிறுத்திவிட்டார். அப்போது நடந்த சட்டமன்றக் கூட்டத்துக்கும் போகவில்லை. தனியாகத் தன்னுடைய அறை யில் சோகத்தோடு ஒரு நாற்காலியில் உட்கார்ந்தபடியோ அல்லது படுக்கையில் படுத்தபடியோ இருந்தார். சில நாள்களாகச் சரியாகச் சாப்பிடாததாலும், நன்றாக உறங்காததாலும் உடல் சிறிது இளைத்திருந்தது. மேரி டாட், திருமணம் இவையெல் லாம் வெறும் கனவாக இருக்கக்கூடாதா என்று ஏங்கினார் லிங்கன்.

1841. ஜனவரி *1.* புத்தாண்டு. ஊரே புத்தாண்டைக் கோலாகலமாக வரவேற்றுக் கொண்டிருந்தது. மேரி டாடின் வீடு, மகிழ்ச்சியில் மிதந்துகொண்டிருந்தது. அன்றைக்குத்தான் மேரி டாடுக்கும் லிங்கனுக்கும் திருமணம். அதிகாலையிலிருந்தே விருந்தினர்கள் ஒவ்வொருவராக வர ஆரம்பித்திருந்தார்கள். ஏழு மணிக் கெல்லாம் எல்லோரும் வந்துவிட்டார்கள், லிங்கனைத் தவிர. சிலர் முணுமுணுக்க ஆரம்பித்திருந்தார்கள். ‘என்ன ஆச்சு? ஏன் லிங்கன் இன்னும் வரலை?’ எல்லோருடைய கண்களும் வாசலையே வெறித்துக்கொண்டிருந்தன, லிங்கனின் வருகையை எதிர் நோக்கி.

மேரி டாட் மண உடையை அணிந்து அழகாக இருந்தார். கடிகாரத்தைப் பார்ப்பார். பிறகு ஜன்னல் வழியே, லிங்கன் வருகிறாரா என்று சாலையைப் பார்ப்பார். மறுபடியும் வந்து உட்கார்ந்து கொள்வார். ‘அவர் வருவாரா, மாட்டாரா? அவர்

வாக்குத் தவற மாட்டார். நிச்சயம் வந்துவிடுவார்' இப்படி யான யோசனைகள் மனம் முழுக்க அலை மாதிரி அடித்தபடி இருந்தது.

மணி காலை ஒன்பதரை. லிங்கன் வரவில்லை. திருமணத்துக் கான நேரம் கடந்துவிட்டது. வந்திருந்த விருந்தினர்கள் சொல்லா மல் கொள்ளாமல் ஒவ்வொருவராக நழுவ ஆரம்பித்தார்கள். மணவீடு வெறிச்சோடிப் போனது. மேரிடாட் தன் அலங்காரங் களை எல்லாம் உதறினார். கீழே விழுந்து அழுதார்.

லிங்கன் எங்கே? எங்கேயாவது ஓடிப் போய்விட்டாரா? தற் கொலை செய்து கொண்டாரா? அவருக்கு விபத்து எதுவும் நடந்துவிட்டதா? யாருக்கும் தெரியவில்லை. மேரி டாடின் உறவினர்களும் நண்பர்களும் லிங்கன் எங்கெங்கு போவாரோ, அங்கெல்லாம் போய்த் தேடிப் பார்த்தார்கள். லிங்கன் இல்லை. அன்று நள்ளிரவு வரைக்கும்கூட அவர் எங்கிருக்கிறார் என்று யாராலும் கண்டுபிடிக்க முடியவில்லை.

அடுத்த நாள் காலை. லிங்கனின் வழக்கறிஞர் அலுவலகம். சில நண்பர்கள் அங்கு வந்தார்கள். லிங்கன் பைத்தியம் பிடித்தது போல, எங்கேயோ வெறித்துப் பார்த்தபடி நாற்காலியில் உட்கார்ந்திருந்தார்.

'லிங்கன்! இங்கேயா இருக்கீங்க? உங்களை நாங்க எங்கெல்லாம் தேடினோம் தெரியுமா? நேத்து எங்கே போனீங்க?'

லிங்கன் நண்பர்களின் எந்தக் கேள்விக்கும் பதில் சொல்ல வில்லை. அவர் மனம் பயத்தில் உறைந்துபோய்க் கிடந்தது. வாழ்க்கையே முடிந்து போனதுபோல் ஒரு பிரமை.

கடைசியாக ஒரு நண்பர் கேட்ட கேள்விக்கு மட்டும் பதில் சொன்னார்.

'இப்போ என்ன செய்யப் போறீங்க?'

'தற்கொலை செஞ்சுக்கப் போறேன்.'

★

இரண்டாண்டுகள் ஓடிவிட்டன. லிங்கனும் மேரியும் சந்திக்க வில்லை. லிங்கன் கொஞ்சம் கொஞ்சமாக மேரி டாடை மறக்க விரும்பினார். ஆனால் முடியவில்லை.

ஆபிரஹாம் லிங்கன் | 79

‘ஸ்பிரிங்ஃபீல்டு ஜர்னல்’ என்ற பத்திரிகையின் ஆசிரியர் சிமியன் ஃப்ரான்ஸிஸ் (Simeon Francis) ஆபிரஹாம் லிங்கனின் நெருங்கிய நண்பர்களில் ஒருவர். அடிக்கடி சிமியன் ஃப்ரான்ஸிஸின் வீட்டுக்குப் போய்வருவார் லிங்கன்.

ஒரு நாள் ஃப்ரான்ஸிஸின் மனைவி தேநீர் விருந்துக்கு வரச் சொல்லி லிங்கனை அழைத்திருந்தார். லிங்கன் சிமியன் ஃப்ரான்ஸிஸ் வீட்டுக்குப் போனார். ஃப்ரான்ஸிஸின் மனைவி லிங்கனை வரவேற்றார்.

‘உங்களுக்கு ஒரு ஃப்ரெண்டை அறிமுகப்படுத்தப் போறேன்’ என்றார்.

‘ஃப்ரெண்டா? யாரு?’ சுற்றிலும் கண்களால் தேடினார் லிங்கன்.

‘இங்க இல்ல. அந்த ரூம்ல இருக்காங்க’ என்று ஓர் அறையைக் காட்டினார் திருமதி ஃப்ரான்ஸிஸ். ‘வாங்க’ என்று அவரை அழைத்துப் போனார்.

‘உள்ள போங்க’ என்று லிங்கனை அறைக்குள் அனுப்பிக் கதவைச் சாத்தினார். உள்ளே மேரி டாட் ஒரு நாற்காலியில் அமர்ந்திருந் தார். மேரியைப் பார்த்ததும் அதிர்ந்து போய்விட்டார் லிங்கன். இருவரும் ஒருவரை ஒருவர் பார்த்தார்கள். கட்டிக் கொண்டு கண்ணீர் வடித்தார்கள்.

‘ஏன் அப்படி செஞ்சீங்க?’ என்ற கேள்வியைத் திரும்பத் திரும்பக் கேட்டார் மேரி.

‘என்னை மன்னிச்சிடு’ என்று திரும்பத் திரும்பச் சொன்னார் லிங்கன்.

இருவரும் மறுபடியும் இணைந்தார்கள். அடிக்கடி சந்தித்துக் கொண்டார்கள். திருமணத்துக்கு நாள் குறித்தார்கள். 1842-ம் ஆண்டு, நவம்பர் 4-ல் லிங்கன், மேரி டாடைத் திருமணம் செய்து கொண்டார். திருமணம் எளிமையாக, எட்வர்ட்ஸ் என்ற நண்பரின் வீட்டில், நண்பர்களின் முன்னிலையில், சார்லஸ் டிரஸ்ஸர் என்ற மதகுருவின் தலைமையில் நடந்தது.

மணவாழ்க்கை, லிங்கனுக்கு அவ்வளவு உவப்பாக இல்லை. பிற்காலத்தில் தம் இல்லற வாழ்க்கையைப் பற்றிக் குறிப்பிடும்

போது, 'மண வாழ்க்கை மலர்ப் படுக்கை அல்ல: போர்க்களம்' என்று குறிப்பிட்டார்.

லிங்கனுக்கு நேர் எதிரான குணம் படைத்தவராக இருந்தார் மேரி டாட். லிங்கனைப் பற்றி ஏதாவது குறை சொல்லிக்கொண்டே இருந்தார். அவருடைய குறையெல்லாம் பெரும்பாலும் லிங்கனின் தோற்றம் பற்றியதாகவே இருக்கும்.

லிங்கனும் அவர் குறை சொல்வதற்கேற்ற மாதிரிதான் இருந்தார். லிங்கன் சரியாக முடிவெட்டிக்கொள்ள மாட்டார். காடாக வளரும் வரை அப்படியே விட்டு வைத்திருப்பார். நாள்கணக்கில் தாடி வளர்ப்பார். நேர்த்தியாக உடை உடுத்தமாட்டார். பெண்களைப் பார்த்தால் ஓடி ஒளிந்துகொள்வார். இன்னும் சொல்லப் போனால் லிங்கனுக்குச் சரியாகச் சாப்பிடக்கூடத் தெரியாது. அவருக்குத் தெரிந்ததெல்லாம் சதா சர்வகாலமும் ஏதாவது புத்தகத்தை எடுத்து வைத்துக் கொண்டு படிப்பதுதான்.

ஓர் எளிய வீட்டை வாடகைக்கு எடுத்து வாழ்ந்தார்கள். மண வாழ்க்கையில் அவர்களுக்கு நான்கு குழந்தைகள் பிறந்தன. ராபர்ட், எட்வர்ட் பேகர், வில்லியம் வாலஸ், தாமஸ். மேரி டாட் குழந்தைகளுக்குக்கூட தன் இஷ்டப்படிதான் பெயர்களை வைத்தார். லிங்கன் மிகவும் வேண்டிக் கேட்டதற்குப் பிறகுதான், நான்காவது குழந்தைக்கு லிங்கனின் தந்தை பெயரை வைக்க ஒப்புக் கொண்டார்.

நான்கு குழந்தைகளில் ராபர்ட் மட்டும்தான் உயிர்ப்பிழைத்து முதுமை வயது வரை வாழ்ந்தார். எட்வர்ட், ஸ்பிரிங்ஃபீல்டில் நான்கு வயதிலும், வில்லியம் பன்னிரண்டாவது வயதில் வெள்ளை மாளிகையிலும், தாமஸ் 18-வது வயதில் சிகாகோ விலும் மரணம் அடைந்தனர்.

ராபர்ட் பிறந்த ஐந்து மாதங்கள் கழித்துக் கொஞ்சம் வசதியான வீட்டுக்குக் குடிபெயர்ந்தார்கள். குழந்தைகளை அன்பாக வளர்த்தார் லிங்கன். கண்டிப்போடு, அடித்து வளர்க்க ஆசைப் பட்டார் மேரி. அதனால் அடிக்கடி இருவருக்கும் சண்டை, சச்சரவு.

நீதிமன்றம் நடக்கும் நாள்களில், பக்கத்து ஊர்களிலிருக்கும் நீதிமன்றத்துக்குச் செல்லவேண்டியிருக்கும். அப்போதெல்லாம்

வழக்கு முடிந்ததும் வழக்கறிஞர்கள் தங்களது வீடுகளுக்குப் போகப் பரபரத்துக் கொண்டிருப்பார்கள். லிங்கனுக்கு மட்டும் வீட்டுக்குப் போகவே பிடிக்காது. ஊரில் இருக்கும் நாள்களில்கூட பெரும்பாலான நேரத்தைத் தனது வழக்கறிஞர் அலுவலகத்திலேயே கழித்தார். திடீரென்று கிளம்பி, அதிகாலையிலேயே அலுவலகத்துக்கு வந்துவிடுவார். சில சமயங்களில், வேலை முடிந்தபிறகும்கூட, நள்ளிரவுக்கும் மேல் அலுவலகத்திலேயே கழிப்பார். காரணம், மேரி டாட்.

துரோகிப் பட்டம்

லிங்கன் திருமணம் செய்துகொண்டபோது, அவருடைய ஆண்டு வருமானம் சராசரியாக 1500 டாலர்கள். வழக்குகளுக்கு ஃபீஸாக எப்போதுமே பணம் வரும் என்று எதிர்பார்க்க முடியாது. சில சமயங்களில் பணத்துக்குப் பதிலாகத் துணிகள், தானியங்கள், காய்கறிகள், கோழிகள் ஆகியவற்றைக்கூட ஃபீஸாகக் கொடுப்பார்கள்.

வருகிற வழக்குகளும் சொல்லிக் கொள்ளும்படியாக இருக்காது. வாய்த்தகராறு, அடிபிடிச் சண்டை, வயலில் மேய்ந்த ஆடு, மாடுகள் காரணமாக அவற்றின் உரிமையாளர் மீது தொடரப்பட்ட வழக்கு, கடன் கேஸுகள்... இப்படியாகத்தான் இருக்கும். லிங்கன் வழக்கறிஞராக இருந்த சங்கமன் மாவட்ட நீதிமன்றத்தின் அதிகார எல்லை, 12,000 சதுர மைல், பரப்பளவைக் கொண்டு இருந்தது. லிங்கன் வழக்குகளுக்காக, சுற்றிலுமுள்ள ஊர்களுக்குக் (கிட்டத்தட்ட 35 மைல்கூட) குதிரையில் செல்வார்.

5

லிங்கன் ஆரம்பத்தில் ஸ்டூவர்ட்டுடன் கூட்டாக வழக்கறிஞர் தொழிலைச் செய்தார்.

ஸ்டூவர்ட்டுக்கு அரசியல் ஈடுபாடு அதிகம். பிரசாரம், கூட்டம் என்று பெரும்பாலான சமயங்களை வாஷிங்டனிலும் வேறு ஊர்களிலும் கழித்தார். அவரோடு கூட்டாக இருந்தவரை லிங்கனும் ஸ்டூவர்ட்டும் சட்ட அறிவைவிட, தங்களது பேச்சுத் திறமையால்தான் வழக்குகளை நடத்தி வந்தார்கள். அப்போது மாநில உச்ச நீதிமன்றமும், மத்திய அரசின் மாவட்ட நீதிமன்ற மும் ஸ்பிரிங்ஃபீல்டில் செயல்பட்டுக் கொண்டிருந்தன. இந்த நீதிமன்றங்களில் வாதாட, ஆழ்ந்த சட்ட அறிவு தேவைப்பட் டது. ஸ்டூவர்ட்டுடன் கூட்டாகத் தொடர்ந்து இருந்தால் சட்டத் துறையில் முன்னேற முடியாது என்று லிங்கன் உணர்ந்து கொண்டார். *1841*-ம் ஆண்டு லிங்கன் ஸ்டூவர்ட்டுடன் கூட்டுத் தொழில் செய்வதிலிருந்து விலகிக்கொண்டார். இருவரும் சுமுக மாகப் பிரிந்தார்கள்.

அதற்குப் பிறகு லிங்கன் கூட்டாக வழக்குகளை நடத்தத் தேர்ந் தெடுத்த மனிதர் ஸ்டீபன் லோகன். லிங்கனைவிட அனுபவசாலி. பத்துவயது மூத்தவர். அவரோடு கூட்டாக இருந்தபோதுதான், சட்டப் புத்தகங்களை ஆழ்ந்து படித்து, வாதாடத் தொடங்கினார் லிங்கன். ஆனால் இந்தக் கூட்டணியும் நீடிக்கவில்லை. எந்த வழக்காக இருந்தாலும் லோகன் கிடைக்கிற ஃபீஸ் தொகையில் சரி பாதியை லிங்கனுக்குக் கொடுக்க மாட்டார். மூன்றில் ஒரு பகுதியைத்தான் லிங்கனுக்குத் தருவார். லிங்கன் பணத்தைப் பெரிதாக மதிக்காதவர். எனவே, இதுவரை அவ்வளவாகப் பாதிக்கவில்லை. ஆனால், லோகன், தொழிலில் கூட்டாக தன்னுடைய மகனையும் சேர்த்துக்கொள்ள விரும்பினார். எனவே, லிங்கன்-லோகன் கூட்டணியும் முறிந்தது. எந்தவித மான மனக்கசப்பும் இல்லாமல் இருவரும் பிரிந்தார்கள்.

லோகனிடமிருந்து பிரிந்து வந்தபிறகு, லிங்கனின் சட்டத்துறை கூட்டாளியாக வந்து சேர்ந்தவர் வில்லியம் ஹெர்ன்டன். இந்தக் கூட்டணி இறுதிவரை நீடித்தது. ஹெர்ன்டன், லிங்கனைவிட ஒன்பது வயது இளையவர். தொழில்ரீதியாக மட்டுமில்லாமல் மற்ற எல்லா விஷயங்களிலும் லிங்கனுக்குத் துணையாக இருந் தார் லோகன்.

லிங்கனைப் போன்ற ஒரு வழக்கறிஞரை எங்கும் பார்க்க முடியாது. ஃபீஸ் இவ்வளவு வேண்டும் அவ்வளவு வேண்டும் என்று அடித்துப் பேச மாட்டார். அவர்கள் கொடுப்பதை வாங்கிக் கொள்வார். குறைந்த கட்டணம், நிறைந்த சேவை. சக

வக்கீல் நண்பர்கள் கடுப்பாகிப் போவார்கள். வக்கீல் தொழிலையே ரொம்ப மலினப்படுத்திவிட்டார் என்பார்கள். எதற்கும் அசைந்து கொடுக்கமாட்டார் லிங்கன். ஆனால் மனைவி மேரி டாடுக்கும் இது பொறுக்காது.

'ஏங்க இவ்வளவு குறைவா ஃபீஸ் வாங்குறீங்க?' என்று அவர் கேட்கும்போதெல்லாம் லிங்கன் சொல்லும் பதில் ஒன்றே ஒன்றுதான்.

'மேரி! என்னோட கட்சிக்காரங்க எல்லாருமே என்னை மாதிரி ஏழைங்க. அவங்ககிட்ட போய் இவ்வளவு கொடுங்க, அவ்வளவு கொடுங்கன்னு எப்படி அதிகமா ஃபீஸ் கேக்கறது? அதுக்கு நிச்சயமா என் மனம் இடம் கொடுக்காது.'

லிங்கன் நடத்திய சில வழக்குகளின் விவரங்களைப் பார்த்தாலே போதும். அவர் எப்படிப்பட்ட வழக்கறிஞர் என்பது தெரிந்து விடும்.

லிங்கனின் கட்சிக்காரர்களில் ஒருவர், ஃபீஸாக இருபத்தைந்து டாலர்களை அனுப்பியிருந்தார். இந்த வழக்குக்கு இந்தத் தொகை அதிகம் என்று பட்டது லிங்கனுக்கு. பதினைந்து டாலர்களை மட்டும் எடுத்துக்கொண்டு, பத்து டாலர்களை அந்தக் கட்சிக்காரருக்கே திருப்பி அனுப்பிவிட்டார்.

ஒரு வயதான மூதாட்டியை ஒரு பென்ஷன் ஏஜெண்ட் ஏமாற்றிவிட, அந்த வழக்கை எடுத்து நடத்தி, அந்த மூதாட்டிக்கு நீதி வாங்கிக் கொடுத்தார் லிங்கன். அந்த வழக்குக்காக ஃபீஸாக அந்த மூதாட்டியிடம் ஒரு பைசாவைக்கூட அவர் வாங்க வில்லை. அதுமட்டுமல்ல. வழக்கு நடக்கும் காலங்களில் அந்த மூதாட்டி வந்து தங்கிய ஓட்டல் செலவு, உணவுச் செலவு எல்லா வற்றையும் பார்த்துக்கொண்டார். அவர் ஊருக்குத் திரும்பிப் போக, டிக்கெட் எடுத்துக் கொடுத்தார்.

மனநோய்க்கு ஆளான ஒரு பெண். அவரை ஏமாற்றி, பத்தாயிரம் டாலர் மதிப்புள்ள சொத்தைச் சுருட்டப்பார்த்தான் ஒருவன். லிங்கன் அந்த வழக்கில் ஆஜரானார். அந்தப் பெண்ணுக்கு நீதி கிடைக்கச் செய்தார். வழக்கு முடிந்ததும், அந்த வழக்குக்கு உதவிய லிங்கனின் நண்பர் வார்ட் லேமன், அந்தப் பெண்ணிடம் ஃபீஸாக இருநூற்றைம்பது டாலர்களை வாங்கிக் கொண்டு வந்தார். துடித்துப் போனார் லிங்கன். 'இப்படிப்பட்ட ஒரு

பொண்ணுக்கிட்ட போய் இவ்வளவு பணத்தை வாங்கலாமா? ஏழைங்களையும் பரிதாபத்துக்கு உரியவர்களையும் சுரண்டி வாழறதைவிட, பட்டினி கிடந்து சாகலாம். முதல்ல இதுல பாதிப் பணத்தை அந்தப் பொண்ணுக்கிட்ட கொடுத்துட்டு வாங்க. இல்லைன்னா இதுல ஒரு சென்ட் காசுகூட எனக்கு வேணாம்' என்றார் லிங்கன்.

முடிந்தவரை இருகட்சிக்காரர்களையும் கூப்பிட்டு, நீதிமன்றத் துக்கு வெளியிலேயே சுமுகமாகப் பிரச்னையைத் தீர்த்து வைக்கப் பார்ப்பார் லிங்கன். முடியாதபட்சத்தில்தான், வழக்கு நீதிமன்றத்துக்கு வரும்.

லிங்கன், உழைப்புக்கேற்ற ஊதியத்தைத்தான் வாங்குவார். கட்சிக்காரர்களுக்குக் கிடைக்கும் லாபத்தைக் கணக்கில் வைத்துக்கொண்டு, ஃபீஸ் தொகையை ஏற்ற மாட்டார். ஒரு வழக்கில் வாதாடி தம் கட்சிக்காரருக்கு வெற்றி தேடித் தந்தார். அந்த வழக்கில் அந்தக் கட்சிக்காரருக்குக் கிடைத்த வருமானம் 600 டாலர்கள். அந்த வழக்கில் லிங்கன் பெற்ற ஃபீஸ் தொகை, வெறும் மூன்று டாலர் 50 சென்ட்டுகள்.

அவரே நடத்தும் வழக்காக இருந்தால்கூட, லிங்கன் எப்போதும் நீதிக்கும் நேர்மைக்கும்தான் முக்கியத்துவம் கொடுப்பார். ஒரு வழக்கு, வாதாடத் தொடங்கும்போதுதான் அது பொய்யாக ஜோடனை செய்யப்பட்ட வழக்கு என்பது லிங்கனுக்குத் தெரியவந்தது. உடனே நீதிமன்றத்தைவிட்டு வெளியேறி, தமது அலுவலகத்துக்கு வந்துவிட்டார். பேசாமல், ஒரு புத்தகத்தை எடுத்துப் படிக்க ஆரம்பித்துவிட்டார். கொஞ்ச நேரம் ஆனது. நீதிமன்ற ஊழியர் லிங்கனைத் தேடிக்கொண்டு வந்துவிட்டார். 'நீதிபதி உங்களை கூட்டிட்டு வரச்சொன்னார்' என்றார் ஊழியர். 'என்னால வர முடியாதுன்னு சொல்லுங்க. என்னோட கைகள் அழுக்காயிடுச்சு. நான் அதைக் கழுவிச் சுத்தம் பண்ண வேண்டியிருக்கு' என்று சொல்லிவிட்டார் லிங்கன். லிங்கன் போய் வாதாடாததால், அந்த வழக்குத் தள்ளுபடி செய்யப் பட்டது. அதைப் பற்றிக் கொஞ்சம்கூடக் கவலைப்படவில்லை லிங்கன்.

அன்றைய அமெரிக்கச் சூழலில், வழக்கறிஞர்கள் கறுப்பின மக்களின் வழக்குகளை எடுத்து நடத்தத் தயங்கினார்கள். அந்த வழக்குகளை எடுத்து நடத்தினால் தங்களது செல்வாக்கும்

மரியாதையும் போய்விடும் என்று பயந்தார்கள். லிங்கன், எந்தப் பயமும் இல்லாமல் கறுப்பின மக்களின் வழக்குகளில் ஆஜரானார்.

லிங்கன் நியூ சேலத்தில் இருந்தபோது நண்பரானவர் ஜேக் ஆர்ம்ஸ்ட்ராங். (அதே கிளேரி குரோவ் பாய்ஸைச் சேர்ந்த ஆர்ம்ஸ்ட்ராங்தான்). குடும்ப நண்பர்களில் ஒருவராக ஆனவர். ஆர்ம்ஸ்ட்ராங் இறந்த பிறகு, அவரது மனைவி ஹன்னா தன் மகன் வில்லியம் ஆர்ம்ஸ்ட்ராங்குடன் வசித்து வந்தார். 1857. ஒரு நாள் செய்தித்தாளைப் புரட்டிக் கொண்டிருந்தார் லிங்கன். வில்லியம் ஆர்ம்ஸ்ட்ராங் ஒரு கொலை வழக்கில் கைதாகி, எட்டாண்டுகள் சிறைத்தண்டனை விதிக்கப்பட்டதாகச் செய்தி வெளியாகியிருந்தது. அதைப் படித்துப் பதறிப் போனார் லிங்கன். அவருக்கு வில்லியம்ஸை நன்றாகத் தெரியும். வில்லி யம்ஸ் நிச்சயம் கொலை செய்திருக்கமாட்டான் என நம்பினார். உடனே, ஹன்னாவுக்கு ஒரு கடிதம் எழுதினார். 'கவலைப் படாதீர்கள் ஹன்னா! இந்த வழக்கை நான் எடுத்து நடத்து கிறேன்' வழக்கு அப்பீலுக்குப் போனது. மறுபடி நடந்த வழக்கில் ஆஜரானார் லிங்கன். வில்லியம்ஸ் கொலை செய்ததை நிலா வெளிச்சத்தில் தான் பார்த்ததாகச் சாட்சியளித்திருந்தான் ஒருவன். லிங்கன் வேறு ஒன்றும் செய்யவில்லை. ஒரு பஞ்சாங்கத்தை எடுத்து விரித்தார். கொலை நடந்ததாகச் சொல்லப்பட்ட தினத்தில், நேரத்தில் வானத்தில் நிலா தோன்றவே இல்லை என்பதை ஆதாரத்துடன் விளக்கினார். அவ்வளவுதான். வழக்கு, பிசுபிசுத்துப் போனது. வில்லியம்ஸ் விடுதலை செய்யப்பட்டான். ஹன்னா, 'இந்த உதவிக்கு நான் எவ்வளவு கட்டணம் கொடுக்க வேண்டும்?' என்று கேட்டார். லிங்கன் சொன்னார்: 'கட்டணத்துக்காக நான் வாதாடவில்லை. இது என் கடமை.'

★

1846-ம் ஆண்டு. லிங்கன் மறுபடியும் சட்டமன்ற உறுப்பினராகத் தேர்ந்தெடுக்கப்பட்டார். அதற்கு அடுத்த ஆண்டு, அவரது மாவட்டத்தைச் சேர்ந்த மக்கள் அவரை காங்கிரஸ் பிரதிநிதி யாகத் தேர்ந்தெடுத்தார்கள். அப்போது அமெரிக்காவின் மத்திய அரசின் சட்டமன்ற மேல்சபைக்கு செனட் என்றும், கீழ்ச் சபைக்குப் பிரதிநிதிகள் சபை என்றும் பெயர். அமெரிக்காவில் இரண்டு சபைகளையும் சேர்த்து காங்கிரஸ் என்று குறிப்பிடு

வார்கள். அப்போது லிங்கனுக்கு 39 வயது. விக் கட்சி சார்பாக இல்லினாய்ஸ் மாநிலத்திலிருந்து தேர்ந்தெடுக்கப்பட்ட ஒரே காங்கிரஸ் பிரதிநிதி லிங்கன்தான்.

அந்த நேரத்தில் மிகவும் புகழ்பெற்ற மனிதர்கள் காங்கிரஸில் இருந்தார்கள். லிங்கனின் வாழ்நாள் முழுவதும் அவருக்குப் போட்டியாளராகவும் எதிரியாகவும் இருந்த ஸ்டீபன் ஏ. டக்ளஸ் இல்லினாய்ஸ் மாநிலத்திலிருந்து தேர்ந்தெடுக்கப்பட்டிருந்த செனட்டர்களில் ஒருவர். மேலும், டேனியல் வெப்ஸ்டர், ஜான் சி. கால்ஹௌன் (John C. Calhoun) மற்றும் ஜெஃபர்சன் டேவிஸ் ஆகியோரும் செனட் சபைக்கு உறுப்பினர்களாகத் தேர்ந் தெடுக்கப்பட்டிருந்தார்கள். செனட் சபையில் பெரும்பான்மை யான உறுப்பினர்களாக ஜனநாயகக் கட்சியைச் சேர்ந்தவர்கள் இருந்தார்கள். பிரதிநிதிகள் சபையில் மிகக் குறைந்த வித்தி யாசத்தில் விக் கட்சி பெரும்பான்மை பெற்றிருந்தது.

காங்கிரஸின் முதல்கூட்டம் 1847, டிசம்பரில் வாஷிங்டனில் கூடியது. வாஷிங்டனில் அப்போதைய மக்கள் தொகை 40,000. அதில் 10,000 பேர் கறுப்பர்கள். அவர்களில் 8,000 பேர் சுதந்தர மான கறுப்பர்கள். 2,000 பேர் அடிமைகள். சட்டமன்றத்துக்கு அருகிலேயே கறுப்பின மக்கள் தங்கியிருந்த குடியிருப்புகள் இருந்தன. அங்கிருந்த கறுப்பின மக்களைப் பற்றி லிங்கன் இப்படிக் குறிப்பிட்டார்: 'கறுப்பர்கள் இங்கே தாற்காலிகமாகத் தங்கவைக்கப்பட்டு, பிறகு தென் மாநில அடிமைச் சந்தை களுக்கு, குதிரைக் கூட்டங்களைப்போல அழைத்துச் செல்லப் பட்டனர்.'

வாஷிங்டனில் திருமதி. ஸ்பிரிக்ஸ் என்பவர் ஒரு விடுதியை நடத்திவந்தார். அங்குதான் மலிவான வாடகைக்குத் தம் குடும்பத்தோடு தங்கியிருந்தார் லிங்கன். விக் கட்சியைச் சேர்ந்தவர்கள்தான், அதிகமாக அந்த விடுதியில் தங்குவார்கள். அப்போது விக் கட்சியைச் சேர்ந்தவர்கள் அடிமை ஒழிப்பில் தீவிரமாக இருந்ததால், அந்த விடுதி 'அடிமை ஒழிப்பு இல்லம்' என்று அழைக்கப்பட்டது.

மேரி டாடுக்கு அந்த விடுதி வாழ்க்கை ஒத்துவரவில்லை. தகுந்த துணை இல்லை. பேச்சுத் துணைக்கும் ஆள் இல்லை. எனவே, மூன்றே மாதங்களில் அங்கிருந்து கிளம்பி, தமது உறவினர் இருந்த லெக்சிங்டன்னுக்கு வந்துவிட்டார்.

லிங்கன் அமெரிக்க காங்கிரஸுக்குப் பிரதிநிதியாகப் போயிருந்த சமயத்தில், அமெரிக்காவில் நடந்துகொண்டிருந்த மிக முக்கிய மான பிரச்னை மெக்சிகோ போர்.

ஆரம்பத்தில் ஸ்பெயினிடம் அடிமைப்பட்டுக்கிடந்தது மெக் சிகோ. 1826-ல் விடுதலையடைந்தது. உள்நாட்டில் பிரச்னை. 1833-ம் ஆண்டு, குட்பை சொல்லிவிட்டு மெக்சிகோவிலிருந்து தனியாகப் பிரிந்து சென்றது டெக்ஸாஸ் மாநிலம்.

டெக்ஸாஸ் மாநிலத்தில் படு பிரமாதமாக நடந்து கொண்டிருந்த ஒரு விஷயம், அடிமை முறை. டெக்ஸாஸ் அவ்வப்போது தங்களையும் அமெரிக்காவுடன் இணைத்துக் கொள்ளச் சொல்லி அப்ளிகேஷன் போட்டுக்கொண்டே இருந்தது. ஆனால், அமெரிக்காவில் இருந்த பல மாநிலங்களுக்கு டெக்ஸாஸ் தங்களுடன் இணைவது பிடிக்கவில்லை.

1845-ம் ஆண்டு அமெரிக்க ஜனாதிபதியாக இருந்தவர் ஜான் டெய்லர். என்ன அவசரமோ, தன் பதவிக் காலம் முடியும் சமயத் தில் டெக்ஸாஸை அமெரிக்காவுடன் இணைத்துவிட்டதாக அறிவித்தார். முறைத்துக் கொண்டது மெக்சிகோ. அமெரிக்கா வுடனான எல்லா அரசாங்க உறவுகளையும் துண்டித்துக் கொண்டது.

அடுத்த அமெரிக்க ஜனாதிபதியாகப் பதவி ஏற்றவர் ஜேம்ஸ் கே. போக். அவராவது கொஞ்சம் இறங்கிவந்து, மெக்சிகோவை தாஜா பண்ணி கொஞ்சம் அமைதி ஏற்பட வழி செய்திருக்கலாம் கப்சிப் என்று இருந்துவிட்டார். டெக்ஸாஸ் பிரச்னை தீயாகப் பற்றிக் கொண்டது.

டெக்ஸாஸ் மாநிலத்தின் எல்லையாக, ரியோ கிராண்ட் ஆறு வரை நிர்ணயித்தது அமெரிக்கா. அதெப்படி? ரியோ கிராண்ட் டின் இரு கரைகளும் எங்களுக்குத்தான் என்று விட்டுக் கொடுக்கா மல் முரண்டு செய்தது மெக்சிக்கோ. பிறகென்ன? போர்தான். அமெரிக்கப் படைகளை ரியோ கிராண்ட் ஆற்றங்கரைக்கு ஆசீர் வாதம் செய்து அனுப்பி வைத்தார் ஜனாதிபதி ஜான் டெய்லர். சரியான சண்டைப் பயிற்சி இல்லாத மெக்சிக்கோ படைகளை, சுலபமாக அடித்துத் துவைத்துவிட்டன அமெரிக்கப் படைகள்.

1847, செப்டெம்பரில் மெக்சிகோவை அமெரிக்கப் படைகள் கைப்பற்றின. அமெரிக்கா கேட்ட நிலப்பகுதியை எல்லாம்

கொடுத்து, 1848, மே மாதம், 30-ம் தேதி அமைதி ஒப்பந்தத்தில் கையெழுத்துப் போட்டுக் கொடுத்தது மெக்சிகோ.

லிங்கனைப் பொறுத்தவரை இது நியாயமற்ற ஒரு போர். காங்கிரஸ் கூட்டத்தில், அதைத் தன் பேச்சில் பிரதிபலிக்கவும் செய்தார். அவரது அடிப்படையைப் புரிந்துகொள்ளாமல், ஜன நாயகக் கட்சியினர் லிங்கனின் கருத்துக்குக் கண்டனம் தெரிவித்தார்கள். லிங்கனுடைய இல்லினாய்ஸ் தொகுதியி லிருந்து மட்டும் ஆறாயிரம் பேர் மெக்சிகோ போரில் கலந்து கொண்டிருந்தார்கள். மக்களைப் பொறுத்தவரை அது ஒரு புனிதப் போர். ஸ்பிரிங்ஃபீல்டு மக்களை அவருக்கு எதிராகத் திருப்பினார்கள் ஜனநாயகக் கட்சிக்காரர்கள். மெக்சிகோ போரை வெளிப்படையாக எதிர்த்ததற்காக லிங்கனுக்குக் கிடைத்த பட்டம் 'துரோகி.'

வாஷிங்டனில் நடந்த காங்கிரஸின் இரண்டாவது கூட்டத் தொடரில் நடந்த மிக முக்கியமான பிரச்னை அடிமை முறை. அப்போதெல்லாம் வட மாநிலங்களில் அடிமை முறைக்கும் அடிமை வியாபாரத்துக்கும் கடுமையான எதிர்ப்புக் கிளம்பி யிருந்தது. தென் மாநிலங்களிலோ அடிமைத்தனம் வேண்டும் என்ற குரல் பலமாக எழுந்து கொண்டிருந்தது. இதற்கு ஒப்புக் கொள்ளவில்லையென்றால் தென் பகுதி அமெரிக்காவிலிருந்து பிரிந்துபோய்விடும் என்ற அச்சுறுத்தலும் எழுந்தது. இவை யெல்லாம் காங்கிரஸ் கூட்டத்தொடரில் விவாதிக்கப்பட்டன.

டெய்லர் ஜனாதிபதியாகப் பதவியேற்றபிறகு, ஒரு மாத காலம் லிங்கன் வாஷிங்டனிலேயே தங்கியிருந்தார். டெய்லர் ஒரு நல்ல அரசுப் பதவியை தனக்குத் தருவார் என்று எதிர்பார்த்தார் லிங்கன். இந்த விஷயத்தில் லிங்கனுக்கு ஏமாற்றம்தான் பதிலாகக் கிடைத்தது. மாறாக, ஓரெகான் (Oregon) மாநில கவர்னர் பதவி அவரைத் தேடி வந்தது. கவர்னர் பதவி தமக்கு வேண்டாம் என்று மறுத்துவிட்டார் லிங்கன். ஸ்பிரிங்ஃபீல்டுக்குத் திரும்பித் தம் வழக்கறிஞர் தொழிலைப் பார்க்கக் கிளம்பிவிட்டார்.

அமெரிக்காவில் அடிமைமுறைக்குப் பேர்போன மாநிலங்களில் ஒன்று மிசௌரி. 1919-ம் ஆண்டு மிசௌரி, அமெரிக்காவுடன் இணைய விரும்பியது. இதற்கு அமெரிக்காவின் தென்பகுதி யிலிருந்த பெரும்பாலானவர்கள் எதிர்ப்புத் தெரிவித்தார்கள். பிறகு உனக்கும் வேண்டாம், எனக்கும் வேண்டாம் என்று ஒரு

ஒப்பந்தத்துக்கு வந்தார்கள். மிசௌரியை ஓர் அடிமை மாநில அந்தஸ்துடன் அமெரிக்காவுடன் இணைத்துக் கொண்டார்கள். அந்த ஒப்பந்தத்தின்படி, மிசௌரிக்குத் தெற்கே வேறு எந்தப் பகுதியிலும் அடிமை முறையை அனுமதிப்பதில்லை என்ற நிபந்தனையுடன் ஒப்பந்தம் நிறைவேற்றப்பட்டது. CxMissouri Compromise என்று அழைக்கப்பட்டது. இந்த ஒப்பந்தத்தால், அமெரிக்காவில் தாற்காலிகமாக அடிமை முறை குறித்த சச்சரவு ஒரு முடிவுக்கு வந்தது.

இது நடந்து பல வருடங்களுக்குப் பிறகு, வந்தார் ஸ்டீபன் டக்ளஸ். அந்த ஒப்பந்தத்தை எடுத்து தூசி தட்டினார். 'இது என்ன ஒரு மாதிரியா இருக்கே? சரியில்லையே?' என்று முகம் சுளித் தார். ஒரு காலத்தில் மிசௌரி ஒப்பந்தத்தை புனிதமான உறுதிமொழி என்று சொன்னவர்தான் இந்த டக்ளஸ். இப்போது அவரே வில்லனாக மாறியிருந்தார். கறுப்பர்களைப் பற்றி அவருக்கு எந்த அக்கறையும் இல்லை. ஒப்பந்தத்தில் ஏதாவது சில்மிஷம் செய்தால் தனக்கு ஆதாயம் கிடைக்குமா என்று பார்த்தார். உடனே ஹோதாவில் குதித்துவிட்டார்.

1854-ம் ஆண்டு, மார்ச் 4-ம் தேதி, அந்த செனட்டர் ஒரு புதிய மசோதாவை முன்மொழிய, செனட் சபை அதை ஏற்றுக் கொண்டது. அதன்படி, பழைய மிசௌரி உடன்பாடு ரத்து செய்யப்பட்டது. புதிய மாநிலங்களுக்கான அதிகார வரம்புகள் குறித்து ஆட்சியாளர்கள் காரசாரமாக விவாதித்துக் கொண்டிருந்த தினங்கள் அவை. தங்கள் அடிமைமுறை வேண்டுமா, வேண்டாமா என்பதை அந்தந்த பிராந்தியங்களே முடிவு செய்துகொள்ளட்டுமே என்றார் டக்ளஸ். மசோதாவும் அதை உறுதி செய்தது.

அடிமை முறைக்கு மக்களே எதிர்ப்புக் குரல் கொடுக்கத் தொடங்கியிருந்த சூழலில், பண்ணையார்த்தனமான இந்த மசோதாவை மறுபேச்சே இல்லாமல் ஒப்புக்கொண்டது காங்கிரஸ். மசோதா நிறைவேறி, ஒரே ராத்திரியில் சட்டமாக வும் ஆகிவிட்டது. அப்போது நப்ரஸ்கா என்ற பிராந்தியம், நப்ரஸ்கா, கான்ஸாஸ் என்று இரு பிராந்தியங்களாகப் பிரிக்கப் பட்டிருந்தது.

'அடிமை வியாபாரம் வேண்டுமா, வேண்டாமா என்பதை வெள்ளையர்கள்தான் தீர்மானிக்க வேண்டும். கறுப்பின மக்கள்

எந்தவிதத்திலும் வெள்ளையர்களுக்கு ஈடாக முடியாது' இது டக்ளஸின் கருத்து.

'அது எப்படி? ஒரு பிராந்தியத்தில் புதிதாகக் குடியேறிய பத்தாயிரம்பேர் அடிமைத்தனத்துக்கு ஆதரவாகச் செயல்படும் போது, மற்ற மாநிலங்களில் இருக்கும் லட்சக்கணக்கான மக்கள் அதில் அக்கறை எடுத்துக் கொள்ளாமல் ஒதுங்கி நிற்பது சரியல்ல.' இது லிங்கனின் கருத்து.

இதில் சோகம் என்னவென்றால், அப்போது அமெரிக்க ஜனாதிபதியாக இருந்த ஃபிராங்க்ளின் பியர்ஸின் நிர்வாகம்கூட, டக்ளஸின் மசோதாவை ஆதரித்தது. இந்த மசோதா நிறைவேறிய போது, லிங்கன் அர்பனா என்ற ஊரில் இருந்த நீதிமன்றத்தில் ஒரு வழக்கில் வாதாடிக்கொண்டிருந்தார்.

கொஞ்சகாலம் அரசியலிலிருந்து ஒதுங்கியிருந்த லிங்கன், மறுபடியும் அரசியலில் தான் நுழைவது அவசியம் என்பதை அப்போதுதான் உணர்ந்தார்.

நடக்கமுடியாத லிங்கன்

6

ஸ்டீபன் டக்ளஸுக்கும் ஆபிரஹாம் லிங்கனுக்கும் ஏழாம் பொருத்தம். இருவரும் வெளிப்படையாகவே மேடைகளில் பரஸ்பரம் தாக்கிக் கொண்டார்கள். டக்ளஸின் பேச்சுக்கு லிங்கன் கொடுத்த பதிலடிகள் உண்மையில் நாட்டின் மீதும் மக்கள் மீதும் அவர் அக்கறை கொண்டவர் என்பதை உலகத்துக்கு எடுத்துக் காட்டின.

ஸ்பிரிங்ஃபீல்டில் ஓர் அரசுப் பொருட்காட்சி தொடங்கியிருந்தது. அன்றைக்கு அங்கு கூடிய பொதுக்கூட்டத்தில் டக்ளஸ் பேசினார். மழை காரணமாகக் கூட்டம், பிரதிநிதிகள் மண்டபத்தில் நடந்தது. லிங்கன் அந்தக் கூட்டத்துக்குப் போனார். முன் வரிசையில் அமர்ந்தார். டக்ளஸ் பேசுவதைக் கேட்டார்.

அந்தக் கூட்டத்திலும் டக்ளஸ் அடிமைமுறை குறித்துப் பேசினார். வழக்கமான அதே பல்லவி. 'ஒரு குறிப்பிட்ட மாநிலத்தில் அடிமைத்தனத்தை அனுமதிப்பதா, வேண்டாமா என்பதை அந்த மாநில மக்கள்தான் தீர்மானிக்க வேண்டும்.'

கூட்டம் முடிந்து மக்கள் வெளியே வரும்போது, டக்ளஸின் பேச்சுக்கு நாளைக்கு பதில் சொல்லப்போவதாகச் சொன்னார் லிங்கன்.

மறு நாள் மண்டபம் நிரம்பி வழிந்தது. அந்தக் கூட்டத்துக்கு டக்ளஸூம் வந்திருந்தார். மேரி டாட் தம் கணவரின் பேச்சைக் கேட்பதற்காக, முன்பாகவே வந்து கூட்டத்தோடு அமர்ந்திருந் தார். வருவதற்கு முன் லிங்கன் அணிந்து வருவதற்காக லிங்க னுக்கு துவைத்து அயர்ன் பண்ணி வைத்த கோட்டையும் டையையும் எடுத்து வைத்துவிட்டுத்தான் வந்திருந்தார். ஆனால் லிங்கன் அவற்றை அணிந்துவரவில்லை. அன்றைக்கு நல்ல வெயில். தலைமுடியைக்கூட அவர் ஒழுங்காகச் சீவி இருக்க வில்லை. துடைக்காத அழுக்கேறிய காலணிகள்.

அன்றைக்கு மூன்று மணிநேரம் பேசினார். வழிகிற வியர்வையை அவ்வப்போது துடைத்தபடி அவர் பேசுவதை அசையாமல் கேட்டுக் கொண்டிருந்தார்கள் மக்கள். டக்ளஸின் ஒவ்வொரு கூற்றுக்கும் லிங்கன் பதில் கொடுத்தார். 'மனிதர்கள் அனைவரும் பிறப்பால் சமம். அதன்படி ஒரு மனிதனை இன்னொரு மனிதன் அடிமையாக்குவது தார்மீக உரிமைக்குப் புறம்பானது' என்று அடித்துச் சொன்னார்.

அந்தச் சமயத்தில்தான், மத்திய அரசின் செனட் சபைக்கான தேர்தல் நடைபெற்றது. அப்போதெல்லாம் அமெரிக்க மத்திய அரசின் செனட் சபை (மேல் சபை) உறுப்பினர்கள் மாநில சட்டமன்றங்களால் தேர்ந்தெடுக்கப்பட்டுக் கொண்டிருந்தனர். இல்லினாய்ஸ் மாநில செனட் சபை உறுப்பினரைத் தேர்ந் தெடுக்க, இல்லினாய்ஸ் சட்டமன்றம் *1855*, பிப்ரவரி *8*-ம் தேதி ஸ்பிரிங்ஃபீல்டில் கூடியது. விக் கட்சியின் சார்பாக லிங்கன் செனட் உறுப்பினர் பதவிக்குப் போட்டியிட்டார். ஜனநாயகக் கட்சி சார்பாக டிரம்புல் (Trumbull) என்ற வழக்கறிஞர் போட்டியிட்டார். மேரி டாடும் டிரம்புல்லின் மனைவி ஜூலியா ஜெய்னியும் நெருங்கிய சினேகிதிகள்.

லிங்கன்தான் வெற்றிபெறுவார் என்று எதிர்பார்க்கப்பட்ட அந்தத் தேர்தலில் டிரம்புல் வெற்றிபெற்றார். அந்தத் தேர்தலுக்குப் பிறகு, ஜூலியா ஜெய்னியுடன் கொண்டிருந்த நட்பை முறித்துக் கொண்டார் மேரி டாட். ஐந்தாண்டுகளுக்கு அரசியல் பக்கமே போகாமல், வழக்கறிஞர் தொழிலில் மட்டுமே கவனம் செலுத்திவந்தார் லிங்கன்.

இதற்கிடையில் அமெரிக்காவில் நடந்த சில முக்கிய நிகழ்வுகள் லிங்கனின் வாழ்க்கையை அடுத்த கட்டத்துக்கு நகர்த்திச் சென்றன.

கான்சாஸ்- நப்ரஸ்கா சட்டம் நிறைவேற்றப்பட்டதால், பலர் அதிருப்தியடைந்தார்கள். விக் கட்சியில் பிளவு ஏற்பட்டது. ஜனநாயகக் கட்சியிலிருந்தும், அடிமை முறையை எதிர்த்த பல்லாயிரக்கணக்கானோர் வெளியேறினார்கள். அடிமை முறையை எதிர்ப்பவர்கள் ஒன்றுகூடி ஒரு புதிய கட்சியை நிறுவ முடிவு செய்தார்கள். அந்தக் கட்சியின் பெயர் ‘குடியரசுக் கட்சி.’ ஆனாலும் லிங்கனைப் போன்ற பல தலைவர்கள் விக் கட்சியை விட்டு விலகத் தயாராக இல்லை. இல்லினாய்ஸில் இருந்த குடியரசுக்கட்சியில் ஆரம்பத்தில், அடிமை முறையை ஒழிக்க விரும்புபவர்கள் மட்டுமே இருந்தார்கள். 1854, ஜூலை 6-ம் தேதி மெக்சிகனில் உள்ள ஜேக்சன் என்ற இடத்தில் வெவ்வேறு கட்சிகளில் இருந்த அடிமை முறை எதிர்ப்பாளர்கள் ஒன்றுகூடி ஒரு பெரிய பொதுக்கூட்டத்தைக் கூட்டினார்கள். அந்தக் கூட்டத்தில்தான் புதிய கட்சிக்கு ‘குடியரசுக் கட்சி’ என்று பெயர் வைக்க முடிவு செய்யப்பட்டது.

ஜனநாயகக் கட்சியைச் சேர்ந்த ஜேம்ஸ் புக்கானன் 1857, மார்ச் 4-ம் தேதி அமெரிக்காவின் புதிய ஜனாதிபதியாகப் பதவியேற்றார். அடிமைப் பிரச்னை குறித்து அவர் பேச வேண்டும் என்று விரும்பினாலும், அவர் வாயே திறக்கவில்லை. உள்ளுக்குள் அவர் தென்பகுதி மக்களை ஆதரித்துவந்தார்.

அந்தச் சமயத்தில் உச்ச நீதிமன்றத்தில், ஒரு வழக்கு விசாரணையில் இருந்தது. அந்த வழக்கின் பெயர் ட்ரெட் ஸ்காட் Vs. சான்ட்ஃபோர்ட் (Dred Scott Vs. Sandford). டிரெட் ஸ்காட் ஒரு கறுப்பின அடிமை. 1795-ல் வர்ஜீனியாவில் பிறந்தவர். 1830-ம் ஆண்டு மிசௌரியில் இருக்கும் செயிண்ட் லூயி என்ற இடத்துக்கு அவரது எஜமானரால் கொண்டு செல்லப்பட்டார்.

1831-க்கும் 1833-க்கும் இடைப்பட்ட காலத்தில் ஜான் எமர்சன் என்பவருக்கு விற்கப்பட்டார். ஜான் எமர்சன் ஒரு ராணுவ டாக்டர். ஊர் ஊராகப் பயணம் செய்துகொண்டே இருப்பவர். எனவே, டிரெட் ஸ்காட்டும் எமர்சனுடன் பயணம் செய்ய வேண்டியிருந்தது. எமர்சன், இல்லினாய்ஸுக்கும் டிரெட் ஸ்காட்டை உடன் அழைத்துச் சென்றார். இல்லினாய்ஸில் அடிமை முறை கிடையாது. இல்லினாய்ஸில் இரண்டரை வருட

காலங்கள் இருந்தபிறகு, எமர்சன் டிரெட் ஸ்காட்டை அழைத்துக் கொண்டு விஸ்கான்சின் (Wisconsin) பகுதியிலிருந்த ஒரு கோட்டைக்கு அழைத்துக்கொண்டு போனார்.

அங்கு டிரெட் ஸ்காட், ஒரு கறுப்பினப் பெண்ணைச் சந்தித்தார். பெயர் ஹரியட் ராபின்ஸன் (Harriet Robinson). அவரும் ஓர் அடிமைதான். டிரெட் ஸ்காட், எமர்சனிடம் பேசி, அனுமதி வாங்கி, ஹரியட்டைத் திருமணம் செய்துகொண்டார். திருமணத்துக்குப் பிறகு ஹரியட், எமர்சனின் அடிமையானார்.

சுதந்தரப் பிரதேசமான இல்லினாய்ஸில் இருந்தபோதும், அடிமை முறை தடை செய்யப்பட்டிருந்த விஸ்கான்சினில் இருந்தபோதும் டிரெட் தன்னை சுதந்தரமாக விடும்படி தன்னுடைய எஜமானர் எமர்சனிடம் கேட்கவில்லை. அவருக்கு அங்குள்ள சட்டம் பற்றித் தெரியாததும் அதற்கு ஒரு காரணமாக இருக்கலாம். இரண்டு வருடங்கள் கழித்து ராணுவம், எமர்சனைத் தென்பகுதிக்கு மாற்றியது. முதலில் செயின்ட் லூயிஸுக்கும், பிறகு லூசியானாவுக்கும் மாற்றப்பட்டார் எமர்சன். எமர்சன் விஸ்கான்சினில் டிரெட்டையும் அவர் மனைவியையும் விட்டுவிட்டுத் தன் பயணத்தைத் தொடங்கினார்.

ஒருவருடம் கழித்து, எமர்சன் தன் அடிமைத் தம்பதிகளை வேலைக்கு வரச்சொல்லி அழைத்தார். அப்போதுகூட, டிரெட் ஸ்காட் நினைத்திருந்தால், விஸ்கான்சின் பிரதேசத்திலேயே தங்கியிருக்கலாம். அல்லது இல்லினாய்ஸுக்கு ஓடிப் போயிருக்கலாம். அப்படிச் செய்திருந்தால் அடிமை வாழ்க்கையிலிருந்து அவர் விடுபட்டிருக்க முடியும். மாறாக ஆயிரக்கணக்கான மைல் பிரயாணம் செய்து, அவரும் அவரது மனைவியும் மிசிசிப்பி ஆறு வழியாக தங்கள் எஜமானரிடம் வந்து சேர்ந்தார்கள்.

1843-ல் எமர்சன் இறந்துபோனார். அப்போதும் டிரெட்டுக்கு விடுதலை கிடைக்கவில்லை. இப்போது அவரும் அவரது மனைவியும், எமர்சனின் மனைவிக்கு அடிமைகள். எமர்சனின் மனைவி, டிரெட்டை ஒரு ராணுவ அதிகாரிக்கு விற்பதற்கு முயன்றபோதுதான், பிரச்னை வெடித்தது. டிரெட் ஸ்காட் சில நண்பர்களின் உதவியுடன் கோர்ட் படியேறினார்.

'மிசௌரி ஒப்பந்தத்தின் மூலம், அடிமை முறை சட்டவிரோத மாக்கப்பட்ட மாநிலத்தில் வாழ்ந்ததால், என்னை அடிமையாக நடத்த முடியாது' இது டிரெட் ஸ்காட்டின் வாதம். ஆனால் உச்ச

நீதிமன்றத்தின் தீர்ப்பு வேறு மாதிரியாக இருந்தது. 1847-லிருந்து பல நீதிமன்றங்களுக்குச் சென்றும் நல்ல தீர்ப்புக் கிடைக்க வில்லை டிரெட் ஸ்காட்டுக்கு. இறுதியாக அமெரிக்க உச்ச நீதிமன்றத்தின் கதவுகளைத் தட்டினார் டிரெட் ஸ்காட்.

அமெரிக்க உச்ச நீதிமன்றத் தலைமை நீதிபதி ரோஜர் பி. டானே (Roger B. Taney), ஐந்து நீதிபதிகளின் சார்பில் தீர்ப்பை வாசித்தார்.

'டிரெட் ஸ்காட் ஒரு கறுப்பின மனிதர். எனவே, அவரை அமெரிக்காவின் குடிமக்களில் ஒருவராகக் கொள்ள முடியாது. அவருக்கு வழக்குப் போட எந்த உரிமையும் கிடையாது. என்று அதிரடியாக ஆரம்பித்து, மனத்தை கனக்கச் செய்யும் ஒரு தீர்ப்பை வழங்கியது அந்த நீதிமன்றம்.

'அமெரிக்க அரசியல் சட்டம் அமலுக்கு வருவதற்கு முன்பும், வந்த பிறகும் கறுப்பர்கள் தாழ்ந்த இனமாகத்தான் இருக்கி றார்கள். வெள்ளையர்களைப்போல, மரியாதைக்குரிய உரிமை கள் எவற்றையும் அவர்கள் பெற்றிருக்கவில்லை. விடுதலைப் பிரகடனத்தில் குறிப்பிடப்பட்டிருக்கும் 'மனிதர்கள் அனைவரும் சமமாகப் பிறக்கிறார்கள்' என்ற கூற்று, கறுப்பர்களுக்குப் பொருந்தாது. கறுப்பர்கள் அமெரிக்காவின் குடிமக்கள் கிடை யாது. வெள்ளையர்களுக்கு வீடு, நிலம்போல அடிமைகளும் ஒரு சொத்துதான். நாடாளுமன்றம், அடிமை என்ற சொத்தை ரத்து செய்ய முடியாது. மிசௌரி ஒப்பந்தம் சட்ட விரோதமானது' என்று சொன்ன உச்ச நீதிமன்றம் வழக்கைத் தள்ளுபடி செய்தது.

டிரெட் ஸ்காட் விவகாரத்தில் வழங்கப்பட்ட தீர்ப்பு, மக்கள் ஜனநாயகத்துக்கு விரோதமானது என்று கருதினார் லிங்கன். ஆனால் ஸ்டீபன் டக்ளஸோ வழக்கப்படி இந்தத் தீர்ப்புக்கும் ஆமாம் சாமி போட ஆரம்பித்தார்.

1857, ஜூன் 7-ம் தேதி ஸ்பிரிங்ஃபீல்டில் பேசிய டக்ளஸ், உச்ச நீதிமன்றத் தீர்ப்பைப் புகழ்ந்து தள்ளினார். ஜூன் 26-ம் நாள் ஸ்பிரிங்ஃபீல்டில் லிங்கன் டக்ளஸின் பேச்சுக்குப் பதிலடி கொடுத்தார்.

லிங்கனுக்கு வயது கிட்டத்தட்ட ஐம்பதை நெருங்கிக் கொண்டிருந்தது. இத்தனை ஆண்டுகள் வாழ்ந்ததில் அவருக்குக் கிடைத்தது என்ன? வியாபாரத்தில் தோல்வி. நரகமயமான இல்லற வாழ்க்கை. சட்டத் தொழிலை விரும்பிச் செய்தாலும்

அவ்வளவாக வெற்றியோ, புகழோ இல்லை. அரசியலில் நினைத்ததைச் சாதிக்க முடியவில்லை. லிங்கன் மனம் தளர வில்லை.

குடியரசுக் கட்சியில் இணைந்தார். இல்லினாய்ஸ் மாநிலக் குடியரசுக் கட்சியின் மாநாடு *1858*, ஜூன் மாதம் *16*-ம் தேதி ஸ்பிரிங்ஃபீல்டில் நடந்தது. அந்த மாநாட்டில், மாநில செனட்டர் தேர்தலுக்கு லிங்கன் ஒருமனதாகத் தேர்ந்தெடுக்கப் பட்டார்.

அந்தத் தேர்தலில் டக்ளஸும் வேட்பாளராக நின்றார். சிகாகோ வில் நடந்த பிரசாரத்தில் சூடு பறந்தது. டக்ளஸ் லிங்கனைத் தாக்குத் தாக்கென்று தாக்கினார். அடுத்த நாள் சிகாகோவில் பேசிய லிங்கன், டக்ளஸின் ஒவ்வொரு வார்த்தைக்கும் பதில் கொடுத்தார். கறுப்பின மக்கள் சமமாக நடத்தப்பட வேண்டும் என்ற அறைகூவலை கோரிக்கையாக மக்கள் முன்பு வைத்தார்.

லிங்கனும் டக்ளஸும் மேடையில் மோதிக் கொள்வதை மக்கள் ரசிக்கத் தொடங்கியிருந்தார்கள். பல ஊர்களிலிருந்து இருவரை யும் பேச வரச்சொல்லி அழைப்புகள் வரத் தொடங்கின. இறுதியில், லிங்கனும் டக்ளஸும் ஒரே மேடையில் வாதம் செய்ய ஒப்புக்கொண்டார்கள்.

ஒட்டாவா, ஃப்ரீபோர்ட், ஜோன்போரோ, சார்லெஸ்டன், கேல்ஸ்பர்க், குவின்சி, அல்டன் ஆகிய ஊர்களில் இருவரும் சொற்போர் நடத்த ஒப்புக்கொண்டார்கள்.

சொற்போருக்கு நாள் குறித்ததிலிருந்தே லிங்கன் பரபரப்பாக இருந்தார். நிறையப் படித்தார், தகவல்கள் சேகரித்தார், குறிப்பு கள் எடுத்துக் கொண்டார். ஒரு நாள் இரவு, தன் நண்பர்களைக் கூட்டிவைத்து, அவர் பேசப் போகும் வாதங்களை வாசித்துக் காட்டினார். அவர்களது கருத்துகளைக் கேட்டார். தம் வாதத்தில் 'ஒரு குடும்பம் ரெண்டுபட்டால் உருப்படாது' என்ற பைபிளின் கூற்றைச் சொல்லியிருந்தார் லிங்கன்.

ஒரு நண்பர் 'இது பழைய கூற்று. நாட்டோடு இதை ஒப்பிடும் போது, நீங்கள் சொல்வது பொருந்தாது' என்றார். ஆனால், அந்தக் கூற்று தற்காலச் சூழலோடு எப்படிப் பொருந்திப் போகிறது என்று லிங்கன் விளக்கிச் சொன்னதும் அந்த நண்பர் அமைதியாகி விட்டார்.

ஒட்டாவா (Ottawa) என்ற ஊரில் இந்தத் தொடர் வாதப் போரின் முதல் மேடை போடப்பட்டது. கிட்டத்தட்ட நம்ம ஊர் சாலமன் பாப்பையா பட்டிமன்றம் மாதிரிதான். ஒரே வித்தியாசம் இந்த பட்டி மன்றத்தில் நடுவர் கிடையாது.

ரோட்டில் சாதாரணமாக இரண்டு பேர் காரசாரமாக விவாதிப்பதைக் கேட்கவே எல்லோருக்குமே ஆசை இருக்கும். அதிலும் ஒரே மேடையில் வெவ்வேறு அரசியல் கட்சியைச் சேர்ந்த இரண்டுபேர் பேசுகிறார்கள் என்றால் கேட்க வேண்டுமா? கூட்டம் அலை அலையாகத் திரண்டுவந்தது. அதுவரை அமெரிக்க வரலாற்றில் ஒரு மேடைப் பேச்சைக் கேட்க அவ்வளவு கூட்டம் கூடியதில்லை.

1858, ஆகஸ்ட் 21. கொடிகளால் அலங்கரிக்கப்பட்ட தனி ரயில் பெட்டியில், மிக ஆடம்பரமான ஆடைகளை அணிந்துகொண்டு, உதவியாளர்கள் புடைசூழ வந்து சேர்ந்தார் டக்ளஸ். ஒரு அலங்கார வண்டியில், ஜனநாயகக் கட்சியைச் சேர்ந்தவர்கள் அவரை ஊர்வலமாக அழைத்துப் போனார்கள்.

லிங்கன் சாதாரண ரயில் பயணியைப்போல, ஓர் இரண்டாந்தரப் பெட்டியில் வந்து இறங்கினார். அவருடைய ஒரு கையில் பழைய சாக்குத் துணிப் பை. இன்னொரு கையில் கைப்பிடி இல்லாத ஒரு குடை. குடை திறந்துவிடக்கூடாது என்பதற்காகக் குடையை ஒரு கயிற்றைப் போட்டுக் கட்டிவைத்திருந்தார். கூட்டம் நடக்கும் இடத்துக்கு ஒரு வைக்கோல் வண்டியில் ஏறிப்போனார்.

முதலில் டக்ளஸ் ஒரு மணி நேரம் பேசுவதென்றும், அதற்குப் பிறகு லிங்கன் ஒன்றரை மணி நேரம் பேசுவதென்றும், லிங்கன் பேசி முடித்தபிறகு டக்ளஸ் அரைமணி நேரம் பேசுவதென்றும் முடிவு செய்யப்பட்டிருந்தது.

அதன்படி, முதலில் டக்ளஸ் பேசினார். அவருடைய, வழக்கமான, அடிமை முறையை ஆதரிக்கும் கருத்துகளை அள்ளி அள்ளிக் கொட்டினார். இடை இடையே லிங்கனை வம்புக் கிழுத்தார்.

'லிங்கன் நீக்ரோக்களுக்குச் சரிசமமான உரிமையைக் கொடுக்க வேண்டும் என்று சொல்கிறார்' என்றார் டக்ளஸ்.

அதற்கு, 'நான் அப்படிச் சொல்லவில்லை. கறுப்பின மனிதன் இப்போது எனக்குச் சமமானவன் இல்லை. ஆனால், வாழ்க்கை, சுதந்தரம், மகிழ்ச்சியோடு இருப்பது, தன் உழைப் பால் கிடைத்த வருவாயைக் கொண்டு தன் உணவைப் பெறுவது ஆகிய உரிமைகளில் எனக்கும் டக்ளஸுக்கும் சம மானவன். மற்ற எல்லோருக்கும் சமமானவன்' என்று பதில் சொன்னார் லிங்கன்.

அடுத்து, 'லிங்கன், நீக்ரோ பெண்களை மண முடித்துக் கொள்ள விரும்புகிறார்' என்று ஒரு போடு போட்டார் டக்ளஸ்.

லிங்கன் அதற்கும் பதில் சொன்னார்: 'ஒரு கறுப்பினப் பெண் அடிமையாக இருக்கக்கூடாது என்று நான் கூறுவதை, நான் அவளை மனைவியாக்கிக் கொள்ள விரும்புகிறேன் என்று அர்த்தப்படுத்திக் கொள்ளக் கூடாது. எனக்குக் கிட்டத்தட்ட ஐம்பது வயதாகிறது. இதுவரை நான் ஒரு கறுப்பினப் பெண்ணைக்கூட அடிமையாகவோ, மனைவியாகவோ ஆக்கிக் கொண்டதில்லை. வெள்ளையினத்தைச் சேர்ந்த ஆண்கள் திருமணம் செய்துகொள்ளப் போதுமான வெள்ளையினப் பெண்கள் இருக்கிறார்கள். கறுப்பினப் பெண்களை மணந்து கொள்ளவும் போதுமான அளவுக்குக் கறுப்பின ஆண்கள் இருக்கிறார்கள்.'

'ஒரு வெள்ளையனுக்கும் நீக்ரோவுக்கும் இடையே சண்டை நடக்கும்போது, நான் வெள்ளையனுக்கு ஆதரவாக இருப்பேன். ஒரு நீக்ரோவுக்கும் முதலைக்கும் இடையே சண்டை நடக்கும்போது, நான் நீக்ரோவுக்கு ஆதரவாக இருப்பேன்' - இது டக்ளஸ்.

'ஒரு கறுப்பின மனிதன் முதலையைப் பிராணி என்று கருதுவது போல, ஒரு வெள்ளையன் நீக்ரோவை பிராணியாகக் கருதலாம் என்று இதன்மூலம் டக்ளஸ் சொல்கிறார்' என்றார் லிங்கன்.

பேச்சு அடிமை முறை, மிசௌரி ஒப்பந்தம், கான்ஸாஸ்-நப்ரஸ்கா சட்டம், டிரெட் ஸ்காட் வழக்கில் உச்ச நீதிமன்றம் வழங்கிய தீர்ப்பு இவற்றைச் சுற்றியே இருந்தது. இப்படியாக டக்ளஸின் ஒவ்வொரு பேச்சுக்கும் சரியான பதிலடி கொடுத்தார் லிங்கன். சம்மட்டி அடி. லிங்கன் பேசி முடிக்கவேண்டிய நேரம் நெருங்கியது.

'மிஸ்டர் லிங்கன்! உட்காருங்கள். உங்களுடைய நேரம் முடிந்து விட்டது' என்றார் டக்ளஸ்.

'ஆமாம். நான் பேசி முடிக்க வேண்டிய நேரம் வந்துவிட்டது. முடித்துவிடுகிறேன்' என்று பதில் சொன்னார் லிங்கன்.

'ஆமா ஆமா. பேச்சை முடிச்சுக்கோங்க. டக்ளஸுக்குக் கொடுத்த வாய்ப்பும் போதும். இனிமே அவரு பேச மாட்டாரு' என்று கூட்டத்தில் ஒரு குரல் எழுந்தது. சபை சிரிப்பால் அலறியது.

இந்த வாதப் போர் நடந்த ஏழு ஊர்களுக்கும் பத்திரிகையாளர்கள் வந்தார்கள். வாதப் பிரதிவாதங்களைக் குறிப்பெடுத்தார்கள். அடுத்த நாள் தங்களது பத்திரிகையில் செய்தி வெளியிட்டார்கள். சில பத்திரிகைகள் இருவரது பேச்சுகளையும் முழுவதுமாக வெளியிட்டன. சில, சுருக்கத்தை வெளியிட்டன. அதேபோல், குடியரசுக் கட்சியைச் சேர்ந்த பத்திரிகைகள் 'லிங்கன் டக்ளஸைப் பொளந்து கட்டிவிட்டார்' என்று எழுதின. ஜனநாயகக் கட்சியைச் சேர்ந்த பத்திரிகைகள், 'டக்ளஸின் பேச்சில் லிங்கன் மண்ணைக் கவ்விவிட்டார்' என்று எழுதின.

ஒட்டாவா நகரில் வாதப் போர் முடிந்ததும், லிங்கனை அவருடைய ஆதரவாளர்கள் தங்களது தோளில் தூக்கி வைத்துக் கொண்டு ஊர்வலமாகப் போனார்கள். இதை எதிர்க்கட்சிப் பத்திரிகைகள், 'லிங்கனுக்கு வயதாகிவிட்டது. அவரால் நடக்க முடியவில்லை. அதனால், அவரைத் தூக்கிக்கொண்டு போனார்கள்' என்று கிண்டல் செய்தன. ஆனால், இருவரும் மேடையில் இப்படி சொற்போர் புரிந்தது அமெரிக்காவில் பெரும் புயலைக் கிளப்பிவிட்டது.

லிங்கன், டக்ளஸ் இருவருமே மேடையில் தத்தமது அரசியல் கோட்பாட்டு ரீதியாகத் தாக்கிக் கொண்டார்களே தவிர, தனிநபர் தாக்குதலில் இறங்கவில்லை. டக்ளஸ்கூட ஓரிருமுறை உணர்ச்சிவசப்பட்டு, லிங்கனை 'இழிவானவர்', 'புறங்கூறுபவர்' என்று திட்டினார். ஆனால், லிங்கன் கடைசிவரை தமது கண்ணியத்தைக் கொஞ்சம்கூடக் கைவிடவில்லை.

இந்தத் தொடர் வாதப்போர் கூட்டங்களில் லிங்கனுக்கு எதிர்ப்பு வராமலில்லை. ஓர் ஊரில் பேசும்போது, ஒரு பெண் அவர்மீது ஒரு நீக்ரோ பொம்மையை வீசி எறிந்தார்.

இன்னொரு ஊரில் ஒருவன் தனது குதிரையை ஓட்டிக் கொண்டு மேடைக்கருகில் வந்தான். 'மிஸ்டர் லிங்கன்! நீங்க ஒரே படுக்கையில ஒரு நீக்ரோவோட படுப்பீங்களா?' என்று கேட்டான். லிங்கன் பதில் எதுவும் சொல்லாமல் அவனை ஒரு பார்வை பார்த்தார். அவரது பார்வையைத் தாங்கமாட்டாமல் அவன் தலையைக் குனிந்து, குதிரையைத் திருப்பிக் கொண்டு போனான்.

வரலாற்றுச் சிறப்பு மிக்க இந்தச் சொற்போர் இரண்டு முக்கிய விளைவுகளை அமெரிக்காவில் ஏற்படுத்தியது. ஒன்று, ஆபிரஹாம் லிங்கன் புகழ்மிக்கத் தலைவரானார். இரண்டு, அமெரிக்காவின் தென்பகுதியில் உள்ள தீவிரவாதிகள் டக்ளஸுக்கு எதிராகத் திரும்பினார்கள். அதனால் ஜனநாயகக் கட்சியில் பிளவு உண்டானது.

லிங்கனைப் பொறுத்தவரை இந்த வாதப்போர் அவருக்கு ஒரு திருப்புமுனைதான். என்றாலும் முழு வெற்றி அவருக்குக் கிடைக்கவில்லை. இல்லினாய்ஸ் செனட் உறுப்பினருக்கான அந்தத் தேர்தலில் டக்ளஸ் 54 வாக்குகள் பெற்று மீண்டும் செனட்டராகத் தேர்ந்தெடுக்கப்பட்டார். லிங்கன் 46 வாக்குகளைப் பெற்று வெற்றி வாய்ப்பை இழந்தார்.

தேர்தல் முடிவுகள் வெளியான நாளன்று லிங்கன் தந்தி அலுவலகத்தில் அமர்ந்திருந்தார். தமக்கு வரும் தந்திகளைப் பிரித்துப் பார்த்துக் கொண்டிருந்தார். அது இரவு நேரம். அவருக்குத் தாம் தோற்றுவிட்டோம் என்பது தெரிந்தது. மெதுவாக வீட்டை நோக்கி நடக்க ஆரம்பித்தார். அன்று நல்ல மழை பெய்திருந்தது. லிங்கன் நடந்து போய்க் கொண்டிருந்தபோது, தரை வழுக்கியது. கீழே விழ இருந்த லிங்கன் சமாளித்துக் கொண்டார்.

அப்போது லிங்கன் தனக்குள் சொல்லிக் கொண்டார்: 'இது சாதாரண வழுக்கல்தான். வீழ்ச்சியல்ல.'

நான்குமுனைப் போட்டி

சுவற்றில் அடித்த பந்து மாதிரி லிங்கன் மறுபடியும் வழக்கறிஞர் தொழிலுக்கு வந்தார். அந்தத் தொழிலும் சொல்லிக் கொள்ளும்படியான வரும்படியை அவருக்குத் தரவில்லை.

'ஆபிரஹாம்! நீங்க நல்லாப் பேசுறீங்க. உங்க பேச்சைக் கேக்கறதுக்குக் கூட்டம் வந்துக் கிட்டே இருக்கு. அப்புறம் என்ன? பேசறதையே தொழிலாச் செய்ய வேண்டியது தானே!' என்று யோசனை சொன்னார் ஒரு நண்பர்.

லிங்கனுக்கும் அந்த யோசனை சரியென்றே பட்டது. ஓர் இடத்தை வாடகைக்குப் பிடித்தார். 'பல புதிய விஷயங்களைப் பற்றிப் பேசப் போகிறேன்' என்று ஊர் முழுக்க அறிவிப்புக் கொடுத்தார்.

அவர் பேசப் போகும் நாளும் வந்தது. லிங்கன் குறிப்புகளை எடுத்துக்கொண்டு, பேச வேண்டிய மண்டபத்துக்குப் போனார். ஆனால் கூட்டம்தான் வரவில்லை.

7

அப்பொழுது அமெரிக்காவில் ஜனாதிபதித் தேர்தல் நெருங்கிக் கொண்டிருந்தது. லிங்கனின் நண்பர்களில் ஒருவரான ஜெஸ்ஸி பெல் ஒரு நாள் வந்தார்.

'லிங்கன்! ஊரெல்லாம் உங்களைப் பத்திதான் பேச்சா இருக்கு. யார் அந்த லிங்கன்னு கேக்கறாங்க. ஜனாதிபதிக்கான தேர்தல்ல நீங்க ஏன் வேட்பாளரா நிக்கக் கூடாது?' என்று கேட்டார் ஜெஸ்ஸி பெல்.

'இந்த இல்லினாய்ஸ் மாநிலத்தைத் தாண்டிப் போயிட்டா என்னை யாருக்கும் தெரியாது. மக்களுக்கு நல்லா அறிமுகமான ஒருத்தரைத்தான் குடியரசுக்கட்சி சார்பா ஜனாதிபதித் தேர்தல்ல வேட்பாளரா நிறுத்துவாங்க' என்று அந்த யோசனையை நிராகரித்துவிட்டார் லிங்கன். இதே யோசனையை இன்னொரு நண்பர் தாமஸ் பிக்கட் சொன்னபோதும் அதையே சொல்லி மறுத்துவிட்டார். ஆனால், குடியரசுக் கட்சியோடும் கட்சியின் மேல்மட்ட உறுப்பினர்களோடும் அவருக்கு இருந்த தொடர்பைத் துண்டித்துக் கொள்ளவில்லை.

1859, செப்டெம்பர் மாதம். கொலம்பஸ், டேடன், ஹேமில்டன், சின்சினாடி மற்றும் இண்டியானா போலிஸ் ஆகிய நகரங்களில் குடியரசுக் கட்சிக் கூட்டங்களில் பேசினார். அக்டோபரில், நியூ யார்க் நகரில் நடந்த 'குடியரசுக் கட்சி இளைஞர் பேரவை'யில் அரசியல் சொற்பொழிவு நிகழ்த்தினார். கிழக்கு மாநிலங்களுக்குச் சுற்றுப் பயணம் மேற்கொண்டு, அரசியல் சொற்பொழிவு ஆற்றிவிட்டு வந்தார். கிழக்கு மாநிலங்களுக்குச் சுற்றுப்பயணம் போக லிங்கன் ஒப்புக்கொண்டதற்கு, உள்ளூர ஒரு காரணம் இருக்கத்தான் செய்தது. அவருடைய மகன் ராபர்ட் நியூ ஹேம்ப்ஷைரில் படித்துக் கொண்டிருந்தார். ராபர்ட்டையும் ஒரு எட்டுப் பார்த்துவிட்டு வந்துவிடலாம் என்று நினைத்தார் லிங்கன். கிழக்கு மாநிலங்களில் பல நகரங்களில் பேசினார். இப்படிக் குடியரசுக் கட்சியுடன் லிங்கனின் தொடர்பு தொடர்ந்து கொண்டுதான் இருந்தது. அதற்குப் பலன் கிடைக்கவும் செய்தது.

அதே ஆண்டின் இறுதியில் குடியரசுக் கட்சியின் தேசியக் குழு நியூ யார்க்கில் கூடியது. ஜனாதிபதி வேட்பாளரைத்

தேர்ந்தெடுப்பதற்கான கட்சி மாநாட்டை, சிகாகோ நகரில் நடத்துவது என முடிவு செய்யப்பட்டது. அந்தக் கூட்டத்தில் ஜனாதிபதி வேட்பாளர்களாக மூன்று பேரின் பெயர்கள் அடிபட்டன. சீவர்டு, சேஸ் மற்றும் ஆபிரஹாம் லிங்கன்.

★

1860, மே 18. சிகாகோவில் நடந்த மாநாட்டில், லிங்கனை ஜனாதிபதித் தேர்தலில் வேட்பாளராக நிறுத்தக் குடியரசுக் கட்சித் தேர்ந்தெடுத்திருந்தது.

சிகாகோ மாநாடு மூன்று நாள்களாக நடந்துகொண்டிருந்தது. ஜனாதிபதித் தேர்தல் வேட்பாளர்களாக சீவர்டு, சேஸ், பேட்ஸ், கேமரன் மற்றும் லிங்கன் ஆகிய ஐந்து பேரின் பெயர்கள் முன்மொழியப்பட்டது. இதில் லிங்கனுக்குக் கடுமையான போட்டியாளராக இருந்தவர் சீவர்டு. ஜனாதிபதி வேட்பாளரைத் தேர்ந்தெடுப்பதற்கான வாக்கெடுப்பை 17-ம் தேதி பிற்பகலிலேயே வைத்துக்கொள்ளச் சொன்னார்கள் சீவர்டின் ஆதரவாளர்கள்.

அதற்குக் காரணமும் இருந்தது. அன்றைக்கு சீவர்டுக்குப் பிறந்த நாள். அந்தக் கொண்டாட்டத்தில் எல்லோரும் தனக்கே ஓட்டுப் போட்டுவிடுவார்கள் என நம்பினார் சீவர்டு.

வெற்றியைக் கொண்டாட சீவர்டு எல்லா ஏற்பாடுகளையும் செய்துவிட்டார். இரவில் ஒரு பெரிய ஓட்டலில் மாபெரும் விருந்து. அவர் வெற்றி பெற்றுவிட்டார் என்று அறிவிக்கப்பட்டதும் முழங்குவதற்காக, மாநாட்டு வாசலில் ஒரு பீரங்கி. அன்றைக்கு மட்டும் சீவர்டு ஜனாதிபதி வேட்பாளராகத் தேர்ந்தெடுக்கப்பட்டிருந்தால், அமெரிக்க சரித்திரம் வேறு மாதிரியாக எழுதப்பட்டிருந்திருக்கும்.

அன்றைக்கு சீவர்டின் வாழ்க்கையில் விதி விளையாடியதோ என்னவோ, லிங்கனின் வாழ்க்கையில் விளையாடியது. வேட்பாளரைத் தேர்ந்தெடுக்கும் வாக்குச் சீட்டு அச்சகத்திலிருந்து வரத் தாமதமானது. இரவு நெடு நேரமாகியும் வாக்குச் சீட்டு வந்து சேரவில்லை. பொறுமையிழந்த மாநாட்டுப் பிரதிநிதிகள் வாக்கெடுப்பை அடுத்த நாளைக்கு ஒத்தி வைத்தார்கள்.

மே 18. குடியரசுக் கட்சி மாநாட்டின் இறுதி வாக்கெடுப்பில், ஜனாதிபதி வேட்பாளராக லிங்கன் தேர்ந்தெடுக்கப்பட்டார்.

★

ஜனாதிபதி வேட்பாளராகத் தேர்ந்தெடுக்கப்பட்டவுடன், தன் வெற்றிக்காகப் பாடுபட்ட குடியரசுக் கட்சிக்காரர்களுக்கு ஒரு கடிதம் எழுத நினைத்தார் லிங்கன். கிட்டத்தட்ட 22 ஆண்டுகள் வழக்கறிஞர் தொழிலில் அனுபவம். ஏகப்பட்ட கடிதங்களை எழுதியிருக்கிறார். எத்தனையோ கேஸ் கட்டுகளைப் பார்த்திருக் கிறார், எழுதியிருக்கிறார். அப்படியும் அந்த மனிதருக்குத் தான் எழுதிய கடிதம் சரியாக வந்திருக்கிறதா என்று ஒரு சந்தேகம்.

நேராக ஓர் ஆசிரியரிடம் போனார். 'ஐயா! எனக்கு இலக்கணம் அதிகமாகத் தெரியாது. இந்தக் கடிதத்தில் ஏதாவது பிழை இருக்கிறதா என்று பார்த்துச் சொல்ல முடியுமா?' என்று கேட்டார். அந்த ஆசிரியரும் அந்தக் கடிதத்தை வாங்கிப் படித்துப் பார்த்தார். அதில் சிறிய இலக்கணப் பிழை இருப்பதைச் சுட்டிக் காட்டினார். உடனே அந்தக் கடிதத்தை வாங்கித் திருத்தினார் லிங்கன். அதற்குப் பிறகுதான் அதை எல்லோருக்கும் அனுப்பிவைத்தார்.

ஜனாதிபதித் தேர்தல் நெருங்கிக் கொண்டிருந்தது. இந்தச் சூழலில் குடியரசுக் கட்சியின் பிரதான எதிர்க்கட்சியான ஜன நாயகக் கட்சி பிளவுபட்டது. காரணம் டக்ளஸ் ஜனநாயகக் கட்சியின் சார்பாக ஜனாதிபதித் தேர்தலுக்கு வேட்பாளராகத் தேர்ந்தெடுக்கப்பட்டிருந்தார். டக்ளஸின் முரண்பாடான கருத்துதான் ஜனநாயகக் கட்சி பிளவுபட்டதற்குக் காரணம் என்று சொல்கிறார்கள்.

தென்மாநிலங்களில் இருக்கும் அடிமை முறையை ஆதரிக்கும் முதலாளிகள், கென்டகியைச் சேர்ந்த ஜான் சி. பிரெக்கின்ரிட்ஜ் என்பவரை ஜனாதிபதித் தேர்தலில் நிறுத்தினார்கள்.

பழைய விக் கட்சி 'யூனியன் கட்சி' என்று மாறியிருந்தது. அந்தக் கட்சியின் சார்பாக டென்னஸியைச் சேர்ந்த ஜான் பெல் என்பவர் வேட்பாளராக அறிவிக்கப்பட்டிருந்தார்.

இந்த நான்கு முனைப்போட்டி லிங்கனின் வெற்றி வாய்ப்பை உறுதிப்படுத்தியது. அப்போதெல்லாம் வேட்பாளர்கள் தாமே

தேர்தல் பிரசாரத்தில் ஈடுபடக்கூடாது என்ற மரபு இருந்தது. அதனால் லிங்கன், ஸ்பிரிங்ஃபீல்டில் தங்கியிருந்தார். அவரைப் பார்ப்பதற்காக வரும் கூட்டம் அதிகமாகிக் கொண்டே இருந்தது. எனவே லிங்கன், கவர்னர் மாளிகையின் இரண்டாவது மாடியில் இருந்த ஓர் அறைக்குக் குடிபெயர்ந்தார். இப்போது அவருக்கு இரண்டு உதவியாளர்கள் வேறு. ஜெர்மனியில் பிறந்த ஜார்ஜ் நிகொலே என்பவர் லிங்கனுக்குத் தனிச்செயலாளர். ஜான் ஹெ என்பவர் உதவியாளர்.

அவர் இன்னும் ஜனாதிபதியாகவில்லை. அதற்குள் அவரிடம் பதவி, வேலை கேட்டு ஆயிரக்கணக்கில் கடிதங்கள் வர ஆரம்பித்திருந்தன. எல்லாக் கடிதங்களுக்கும் தம் கைப்பட பதில் எழுதினார் லிங்கன். நேரில் பார்க்க வந்த அத்தனைபேரையும் புன்னகையுடன் வரவேற்றார். புன்னகை மாறாமல் வழியனுப்பி வைத்தார்.

லிங்கன் அடிமை முறையை ஒழிக்க கங்கணம் கட்டிக் கொண்டு அலைந்தவர். எனவே, அவர் தேர்தலில் வெற்றிபெற்றால் தங்களது அடிமை வியாபாரம் பாதிக்கும் என்று நினைத்தார்கள் தென்பகுதி முதலாளிகள். அதோடு, குடியரசுக் கட்சியின் பொருளாதாரத் திட்டமும் அவர்களுக்கு அவ்வளவு உவப்பானதாக இல்லை. அந்தத் திட்டத்தைத் தென்னகத்தைச் சுரண்டி வடபகுதியை வாழவைக்கும் திட்டம் என்று சாடினார்கள். லிங்கனுக்குத் தென்பகுதியில் எதிர்ப்பு வலுத்துக் கொண்டிருந்தது.

'லிங்கன் ஜனாதிபதியானால் அமெரிக்காவின் ஒற்றுமை குலைந்துபோய்விடும். தேசம் இரண்டாகப் பிரிந்துவிடும்' என்று பீதியைக் கிளப்பிப் பிரசாரம் செய்து கொண்டிருந்தார்கள் ஜனநாயகக் கட்சிக்காரர்கள்.

டக்ளஸ் இதைத் தனக்குச் சாதகமாகப் பயன்படுத்திக் கொள்ள நினைத்தாலும், சூழ்நிலை அவருக்குச் சாதகமாக இல்லை. வட மாநில மக்கள் அவரை அடிமை முறையை ஆதரிப்பவர் என்று நினைத்தார்கள். தென்பகுதி மக்கள் அவரை அடிமை முறையை எதிர்ப்பவர் என்று நினைத்தார்கள்.

அதேசமயம், தென்பகுதி கொஞ்சம் கொஞ்சமாகப் பிரச்னைகளின் பூமியாகிக் கொண்டிருந்தது. மக்கள் மத்தியில் எந்த நேரத்திலும் கலவரம் வெடிக்கலாம் என்பது போன்ற ஓர் அச்சம்

ஆபிரஹாம் லிங்கன் | 107

பரவிக்கொண்டிருந்தது. அடிமை எதிர்ப்புத் தீவிரவாதிகள், கறுப்பின மக்களோடு சேர்ந்து கலவரம் செய்யப் போகிறார்கள் என்ற வதந்தி. இன்னொரு பக்கம் கடுமையான வறட்சி. விவசாயிகள் கடனாளியாக மாறிப்போனார்கள். இந்தச் சூழ் நிலையில், தென்மாநிலத்தில் இருந்த ஆறு மாநிலங்கள் ஐக்கிய அமெரிக்காவிலிருந்து தனியாகப் பிரிந்து போவது என்று முடிவெடுத்தன.

1859, நவம்பர் 6. ஜனாதிபதிப் பதவிக்கான தேர்தல் நாள். லிங்கன் வெற்றி பெற்றார் என்னும் தகவல் அன்று இரவு வந்தபோது, லிங்கன் ஸ்பிரிங்ஃபீல்டில் இருந்தார். அமெரிக்கத் தேர்தல் முறைப்படி மற்ற மூன்று வேட்பாளர்கள் பெற்ற வாக்குகளை ஒன்று சேர்த்திருந்தால்கூட லிங்கன்தான் வெற்றிபெற்றிருப்பார். வடமாநிலங்கள் முழுவதும் லிங்கனுக்கு ஆதரவளித்திருந்தன. நியூ ஜெர்ஸியின் வாக்குகளை லிங்கன், டக்ளஸ் இருவரும் பகிர்ந்து கொண்டிருந்தார்கள். தென் மாநிலங்களில் லிங்கன் ஒரு வாக்குக்கூடப் பெறவில்லை.

இளைய நெப்போலியன்

9

லிங்கன் 1859, நவம்பரில் அமெரிக்க ஜனாதிபதியாகத் தேர்ந்தெடுக்கப்பட்டுவிட்டாலும், அடுத்த மார்ச் மாதத்தில்தான் அவர் புதிய தலைவராகப் பதவியேற்க முடியும். அதுவரை ஜேம்ஸ் புக்கானன்தான் ஜனாதிபதி.

அவர் பதவியேற்கும் முன்பாகவே அமெரிக்கா சிதறு தேங்காயாக மாறியது. புக்கானன் எவ்வளவோ கெஞ்சிக் கூத்தாடிக் கேட்டும் மதிக்காமல், தென்பகுதியிலிருந்த தென் கரோலினா மாநிலம் அமெரிக்க ஐக்கிய நாட்டிலிருந்து தனியாகப் பிரிந்து போவதாக அறிவித்து, டிசம்பர் 20-ல் பிரிந்தது.

'தலைவா! இரு, இரு. நாங்களும் வந்துர்றோம்' என்று அலறியபடியே அலபாமா, ஃபுளோரிடா, ஜார்ஜியா, மிசிசிபி மாநிலங்களும் அமெரிக்காவிலிருந்து பிய்த்துக் கொண்டு தென்கரோலினாவின் பின்னால் ஓடின. இவையெல்லாம் ஓடிப் போன பிறகு, கொஞ்சம் லேட்டாக, 1861-ம் ஆண்டு, பிப்ரவரி 1-ம் தேதி அமெரிக்காவிலிருந்து பிரிந்தது டெக்ஸாஸ் மாநிலம்.

பிரிந்து போனவுடன், அந்த மாநிலங்கள் செய்த முதல் வேலை, கோட்டை, அரசு அலுவலகங்கள், பள்ளிகள், கல்லூரிகள் என எல்லா இடத்திலும் பறந்துகொண்டிருந்த அமெரிக்கக் கொடியை இறக்கிவிட்டு, அந்தந்த மாநிலத்துக் கொடிகளை ஏற்றியதுதான். அத்தோடு விட்டுவிடவில்லை. மத்திய அரசின் கோட்டைகள் எங்கெங்கு இருந்தனவோ, அவற்றையெல்லாம் தங்கள் கட்டுப் பாட்டுக்குள் கொண்டுவந்தன. ஆயுதக் கிடங்குகளைக் கைப் பற்றின. அந்த மாநிலங்களின் கோட்பாடு இதுதான்: 'அடிமை முறை நீக்ரோக்களின் பிறப்புரிமை.'

இது அமெரிக்க அரசுக்கு வரலாறு காணாத பின்னடைவு. எப்படிச் சமாளிக்கப் போகிறார் லிங்கன்? இதுதான் ஊர் முழுக்கப் பேச்சாக இருந்தது. லிங்கன் சமாளிக்கத்தான் செய்தார்.

ஏழு மாநிலங்கள் பிரிந்து போய்விட்டாலும், எட்டு தென் மாநிலங்கள் பிரிந்து போகாமல், அமெரிக்காவின் மத்திய அரசுக்கு விசுவாசமாக இருந்தன. தேச ஒற்றுமையை விரும்பின. எப்படியாவது சமாளித்துவிடலாம் என்று லிங்கன் நம்பியதற்கு அந்த மாநிலங்கள்தான் காரணம்.

தினமும் லிங்கனுக்கு வரும் ஏராளமான கடிதங்களில், மிரட்டல் கடிதங்கள் அதிகமாகிக் கொண்டிருந்தன. ஆனாலும் லிங்கன் அவற்றுக்கெல்லாம் அசரவில்லை. அவருடைய வீட்டு வாசல் எப்போதும்போல காவலுக்கு ஆள் யாரும் இல்லாமல் காலியாகத்தான் இருந்தது.

இரண்டு நாடுகள் மோதிக் கொள்ளும்போது, எதிரி இவன்தான் என்பது சரியாகத் தெரிந்துவிடும். ஆனால், உள்நாட்டில் சண்டை என்றால் யாரை எதிரி என்று சொல்ல முடியும். தலைநகர் வாஷிங்டனில் இருந்த அதிகாரிகளில் பலர் தென்பகுதிக் காரர்களுக்கு உளவாளிகளாக மாறிவருவதாகவும், அரசாங்கத் தின் முக்கிய ஆவணங்கள் எல்லாம் களவாடப்பட்டு வருவ தாகவும் செய்திகள் வந்து கொண்டிருந்தன. ஆனால், லிங்கனால் என்ன செய்ய முடியும்? ஜனாதிபதியாகப் பொறுப்பேற்க இன்னும் நாள்கள் இருந்தன.

ஒரு நண்பரிடம் லிங்கன் சொன்னார். 'குதிரைகள் களவாடப் படுவதற்கு முன்னால் கதவைத் தாளிட விரும்புகிறேன். ஆனால், நான் வாஷிங்டனுக்குப் போய்ச் சேரும்போது, குதிரைகளின் கால் தடங்களைத்தான் பார்ப்பேன்போல இருக்கிறது.'

நாட்டில் இவ்வளவு சிக்கலான சூழ்நிலை நிலவும்போது என்ன செய்வது? 'பேசாமல் ஜனாதிபதிப் பதவியை ராஜினாமா செய்து விடுங்களேன்' என்றார் ஒரு நண்பர்.

'அப்படிச் செய்தால் நான் கலகக்காரர்களிடம் சரணடைந்தது போல ஆகிவிடும். ஒருபோதும் அக்கிரமத்துக்குப் பணிந்து போக மாட்டேன்' என்றார் லிங்கன்.

★

ஜனாதிபதிதான். ஆனால் என்ன? ஸ்பிரிங்ஃபீல்டில் இருந்தவரை என்ன செய்துகொண்டிருந்தாரோ, அதையே தொடர்ந்து செய்தார். பசுமாட்டை மேய்ச்சல் நிலத்துக்கு ஓட்டிப் போனார். பால் கறந்தார். குதிரையைக் குளிப்பாட்டினார். விறகுவெட்டி, சமையலறைக்குக் கொண்டுவந்து போட்டார்.

வாஷிங்டனுக்குக் கிளம்பும் நேரம் வந்தது. ஸ்பிரிங்ஃபீல்டில் இருந்த வீட்டை வாடகைக்கு விட்டார். சில பொருள்களை விற்றார். சார்லஸ்டன் நகரிலிருந்த சிற்றன்னையைப் போய்ப் பார்த்து, விடைபெற்றுக் கொண்டார்.

தன் பழைய நண்பர்களை சந்திக்க விரும்புவதாக 'ஜர்னல்' என்ற பத்திரிகையில் விளம்பரம் கொடுத்தார். அவரது எளிய வீட்டுக்கு குறிப்பிட்ட நாளில், அவரது நண்பர்கள் வந்து குழுமினார்கள். ஒன்றல்ல, இரண்டல்ல எழுநூறுபேர். எல்லோரிடமும் கை குலுக்கி விடைபெற்றுக் கொண்டார்.

ஸ்பிரிங்ஃபீல்டிலிருந்த தம்முடைய வழக்கறிஞர் அலுவலகத் துக்குப் போனார். அங்கிருந்த அவரது சாய்வு நாற்காலியில் சாய்ந்து அமர்ந்துகொண்டு, ரொம்ப நேரம் மௌனமாக இருந்தார். பதினாறு ஆண்டுகாலம் வழக்கறிஞர் தொழிலில் கூட்டாளியாக இருந்த ஹெர்ன்டனுடன் பழைய கதைகளை எல்லாம் பேசினார். அவருக்கு மிகவும் பிடித்த சில புத்தகங்களை மட்டும் அலுவலகத்தில் இருந்து எடுத்துக்கொண்டார். கிளம்பி னார். வாசலில் லிங்கனின் பெயரும் ஹெர்ன்டனின் பெயரும் பொறிக்கப்பட்ட பெயர்ப்பலகை தொங்கிக் கொண்டிருந்தது.

லிங்கன், ஹெர்ன்டனிடம் சொன்னார்: 'ஹெர்ன்டன்! இந்தப் பெயர்ப்பலகை இங்கேயே தொங்கிக் கொண்டிருக்கட்டும். நான் ஜனாதிபதியாகத் தேர்ந்தெடுக்கப்பட்டதால், லிங்கன் - ஹெர்ன்டன் கம்பெனியை மூடிவிட்டதாக யாரும் நினைத்து

விடக்கூடாது. ஒருவேளை நான் திரும்பி வந்தால், பழையபடி நாம் நமது கூட்டுத் தொழிலைத் தொடங்குவோம்.'

லிங்கனிடம் சொத்து இருந்தாலும் ரொக்கமாகக் கையில் பணம் எதுவும் வைத்திருக்கவில்லை. கடன் வாங்கித்தான் வாஷிங்டனுக்குப் போனார்.

தன்னுடையப் பொருள்களையெல்லாம் மூட்டைக்கட்டினார். ஒரு வெள்ளைத் தாளில், 'ஆபிரஹாம் லிங்கன், வெள்ளை மாளிகை, வாஷிங்டன் டி.சி' என்று எழுதி ரயிலில் ஏற்றினார். தாம் பயணம் செய்ய வேண்டிய ரயில் பெட்டியில் ஏறிக்கொண்டார். அன்றைக்கு நல்ல மழை பெய்து கொண்டிருந்தது. அந்த மழையிலும் அவரை வழியனுப்ப மக்கள் கூட்டமாக ரயில் நிலையத்தில் திரண்டிருந்தனர்.

வாஷிங்டனுக்குச் செல்லும் வழியில் அவரது பேச்சைக் கேட்கவும் அவரைப் பார்க்கவும் நிறையப்பேர் விரும்பினார்கள். அதற்கு வசதியாக லிங்கன் சென்ற ரயில் சுற்றுப் பாதையில் சென்றது. கிளீவ் லேண்ட், பஃபலோ, பிட்ஸ்பர்க், டிராய் ஆகிய ரயில் நிலையங்களில் லிங்கன் உரையாற்றினார். நியூ யார்க் மாநிலத்தில் ரயில் நுழைந்தபோது, அந்தச் செய்தி வந்தது.

'அலபாமா மாநிலத்தில் இருக்கும் அரசு மாளிகையில், அமெரிக்காவிலிருந்து பிரிந்துபோன மாநிலங்களின் (Confederate States of America) ஜனாதிபதியாக ஜெஃபர்சன் டேவிஸ் (Jefferson Davis) பதவிப் பிரமாணம் செய்துகொண்டார்.'

அடிமை முறையை ஆதரித்து வந்த தென்பகுதித் தலைவர்கள் ஒன்று கூடி, ஒரு சிறப்பு மாநாட்டை நடத்தி தங்களுக்கென்று ஒரு புதிய அரசாங்கத்தை உருவாக்கிக்கொண்டார்கள். தோட்ட முதலாளியும் மிகப்பெரிய பணக்காரருமான கர்னல் ஜெஃபர்சன் டேவிஸ் அந்த அரசாங்கத்துக்கு ஜனாதிபதியாகத் தேர்ந்தெடுக்கப் பட்டிருந்தார்.

இந்தப் புதிய அரசின், உதவி ஜனாதிபதி சொன்ன ஓர் அறிவிப்பு, எல்லோரையும் கொந்தளிப்பின் உச்சத்திற்கே கொண்டு போனது.

'....நீக்ரோ என்பவன் வெள்ளை மனிதனுக்கு சமமாக மாட்டான்; அடிமைத்தனம் அவனுடைய இயற்கை; எங்களுடைய புதிய

அரசாங்கத்தின் மிக முக்கியமான கொள்கை, இந்த மகத்தான உண்மையை அடிப்படையாகக் கொண்டிருக்கிறது.'

இந்தப் புதிய அரசின் பிரகடனத்தால் அமெரிக்கா இரண்டு அரசாங்கங்கள், இரண்டு ஜனாதிபதிகள், இரண்டு வெள்ளை மாளிகைகள், இரண்டு ராணுவங்கள் எனப் பிளவுபட்டது. அமெரிக்கா உடைந்து போவதை லிங்கன் விரும்பவில்லை. இன்னும் ஜனாதிபதியாகப் பொறுப்புக்கூட ஏற்கவில்லை. அதற்குள் இப்படி நடந்துவிட்டது.

'பால்டிமூர் (Baltimore) வழியாக லிங்கன் செல்லும்போது, அவரைக் கொலை செய்ய சதித்திட்டம் தீட்டியிருக்கிறார்கள்.'

இப்படி ஒரு செய்தியை லிங்கன் ஃபிலடெல்பியாவில் இருந்த போது, அமெரிக்காவின் உளவு நிறுவனத் தலைவர் பிங்கர்டன் (Pinkerton) வந்து சொன்னார். முதலில் லிங்கன் இதை நம்பவில்லை. நண்பர்களின் வற்புறுத்தலின்பேரில், பால்டிமூர் வழியாகச் செல்லும்போது, மாறுவேடத்தில் சென்றார்.

அந்தச் சதித்திட்டம் வதந்தியல்ல; உண்மைதான் என்பதை லிங்கனும் உணர்ந்துகொண்டார். காரணம், அவர் வந்த வழி யெல்லாம் எல்லா ஊர்களிலும் அவருக்கு அதிகாரபூர்வமான வரவேற்பு அளிக்கப்பட்டிருந்தது. பால்டிமூரில் மட்டும் அந்தச் சுவடே இல்லை.

★

1861. மார்ச் 4. அன்றைக்குத்தான் லிங்கன் அமெரிக்காவின் ஜனாதி பதியாகப் பதவிப் பிரமாணம் செய்துகொண்டார். பதவிப் பிர மாணக் கூட்டம் படுபிரமாதமாக நடந்தது என்று சொல்ல முடியாது. அழைத்திருந்தவர்களில் பெரும்பாலானோர் வர வில்லை. ஊர்வலமே கடுமையான ராணுவப்பாதுகாப்புடன் தான் செல்ல வேண்டியிருந்தது.

லிங்கன் சொற்பொழிவாற்றுவதற்கு எழுந்தார். பேசுவதற்கு முன்பு தன்னுடைய தொப்பியையும் கைத்தடியையும் எங்கு வைப்பது என்று யோசித்தார். முதல் வரிசையில் அமர்ந்திருந்த ஸ்டீபன் டக்ளஸ் கண்ணில்பட்டார். அவரிடம் போய், தொப்பியையும் கைத்தடியையும் கொடுத்துவிட்டுப் பேச ஆரம்பித்தார் லிங்கன். அவர் பேசி முடித்ததும் முதல் ஆளாகப்

பாய்ந்து போய், அவர் கைகளைப் பிடித்துக் குலுக்கி, பாராட்டித் தள்ளிவிட்டார் டக்ளஸ்.

லிங்கன் ஜனாதிபதியாகி, வெள்ளை மாளிகையில் வந்து செட்டிலாகிவிட்டாலும், அவருக்கு ஒரு விஷயம் உறுத்தலாகவே இருந்தது. அது குதிரைப்படை வீரர்களின் அணிவகுப்பு மரியாதை.

சில குதிரைப்படை வீரர்கள் வாசலில் எப்போதும் தயாராக நின்றிருப்பார்கள். லிங்கன் வெள்ளை மாளிகைக்குள் வரும் போதும், வெளியே போகும்போதும் வீர முழக்கத்தோடு ராணுவ மரியாதை செய்வார்கள். முதல் நாளே இதை லிங்கனால் தாங்க முடியவில்லை.

அந்தக் குதிரைப்படையின் தலைவரை தம் அறைக்கு அழைத்தார் லிங்கன்.

'வணக்கம் மிஸ்டர் பிரஸிடெண்ட்!'

'வணக்கம். உங்களிடம் ஒரு விஷயம் பேச வேண்டும்.'

'சொல்லுங்கள்.'

'நான் உள்ளே வரும்போதும் வெளியே போகும்போதும் குதிரைப்படை வீரர்கள் அணிவகுப்பு மரியாதை செய்கிறார்களே, ஏன்?'

'அது வழக்கமாக நடக்கிற ஒரு சடங்கு. எல்லா ஜனாதிபதிகளுக்கும் இப்படிச் செய்வது வழக்கம்.'

'அந்த மரியாதை எனக்கு வேண்டாம். ஏனென்றால், நான் அரசனோ, குறுநில மன்னனோ இல்லை. மக்களால் தேர்ந்தெடுக்கப்பட்ட, மக்களில் ஒருவன். புரிகிறதா? குதிரைப்படை வீரர்களை அந்த இடத்திலிருந்து முதலில் அகற்றுங்கள்.'

'சரி.'

லிங்கன் ஜனாதிபதிப் பதவியை ஏற்றுக் கொண்டாலும், அந்தப் பதவி முள்ளால் செய்யப்பட்ட ஆசனமாகத்தான் இருந்தது. கஜானா கிட்டத்தட்ட காலியாகியிருந்தது. நாடே கலவரத்தையும் போரையும் எதிர்பார்த்துக் கொண்டிருந்த இந்தத் தருணத்தில், போதுமான அளவுக்குப் படையில் ஆயுதங்கள் இல்லை.

லிங்கன் பதவியேற்ற அடுத்த நாளே புதிதாக ஒரு பிரச்னை. பூதா கரமான பிரச்னை. அமெரிக்க உள்நாட்டுப் போர் ஆரம்பமாகி விட்டது என்பதற்கான அறிகுறி அங்கிருந்துதான் ஆரம்பித்தது.

தெற்குக் கரோலினாவில் இருந்த முக்கியமான துறைமுகங்களில் ஒன்று, சார்லஸ்டன் (Charleston) துறைமுகம். அமெரிக்காவி லிருந்து பிரிந்துவிட்டோம் என்று தெற்குக் கரோலினா அறிவித்து விட்டது. ஆனால், அந்தத் துறைமுகத்தில் இருந்த சம்டர் (Sumter) என்ற கோட்டைமட்டும் இன்னும் அமெரிக்காவின் வசம் இருந்தது.

பிரிந்து போய்விட்டது ஒரு மாநிலம். அங்கிருக்கும் ஒரு கோட்டையில் தினமும் அந்நியக் கொடி ஏற்றப்பட்டால் அவர் களுக்கு எப்படி இருக்கும்? அது எவ்வளவு பெரிய அவமானம்?

சம்டர் கோட்டையின் தளபதியான மேஜர் ராபர்ட் ஆண்டர் சனுக்குப் (Robert Anderson) புதிதாக ஒரு தலைவலி. கோட்டையில் உள்ள படைவீரர்களுக்கும் மற்றவர்களுக்கும் தேவையான உணவுப் பொருள்களை அதுநாள் வரை அந்தப் பகுதியில்தான் வாங்கிக் கொண்டிருந்தார் ஆண்டர்சன். அமெரிக்காவின் தென் பகுதி பிரிந்துபோனவுடன், தெற்குக் கரோலினா முறைத்துக் கொண்டது.

'எங்க ஊர்ல வந்து இருந்துக்கிட்டு, உங்க ஊர்க் கொடியை கோட்டையில ஏத்துறியா? இந்த லட்சணத்துல நீங்க சாப்பிடற துக்கு எங்க சாப்பாடு வேற வேணுமா? தர முடியாது போ!'

தெற்குக் கரோலினா மாநில அரசு, உணவுப் பொருள் வாங்கு வதைத் தடை செய்துவிட்டது. வேறு என்ன செய்வார் ஆண்டர் சன்? வாஷிங்டன் தலைமைச் செயலகத்துக்குக் கடிதம் எழுதி விட்டார்.

'கோட்டையில் உணவுப் பொருள் இல்லை. உடனே அனுப்ப வும். ஆறு வாரங்கள்தான் தாக்குப்பிடிக்க முடியும். அதற்குள் உணவுப் பொருள் வந்துசேராவிட்டால், கோட்டையைவிட்டு வெளியேறிவிடுவோம்.'

இந்தக் கடிதம்தான் லிங்கன் பதவியேற்ற அடுத்த நாள் வாஷிங்ட னுக்கு வந்து சேர்ந்தது. இப்போது என்ன செய்வது? அமைச் சரவையைக் கூட்டினார் லிங்கன். அந்தக் கூட்டத்தில் ராணுவ அதி காரிகளும் கப்பற்படை அதிகாரிகளும் கலந்து கொண்டார்கள்.

கூட்டத்தில் தீர்க்கமான முடிவு எடுக்கமுடியவில்லை. உணவை அனுப்பலாமா, வேண்டாமா என்பதிலேயே பலருக்குக் குழப்பம். 'பிரிந்து போய்விட்ட மாநிலத்தில் நம் படைகள் இருப்பது நல்லதில்லை. அது நமக்குத்தான் ஆபத்து. உடனே அந்தப் படைகளைத் திரும்ப அழைத்துக் கொள்வோம்' என்ற கருத்தும் எழுந்தது. சிலர், சம்டர் கோட்டைப் பாதுகாப்புக்கு மேற்கொண்டு கொஞ்சம் படைகளையும் அனுப்பலாம் என்றார்கள். ஆனால், சம்டர் கோட்டையைக் காப்பாற்றக் குறைந்தது 20,000 பேரைக் கொண்ட படைவீரர்களாவது தேவைப்பட்டார்கள். இந்தச் சூழ்நிலையில் அது சாத்தியமே இல்லை.

லிங்கனால் உடனே முடிவெடுக்க முடியவில்லை. மத்திய அரசின் அதிகாரத்தை சம்டர் கோட்டையில் நிலைநிறுத்தித்தான் ஆகவேண்டும். இல்லையென்றால், அமெரிக்காவின் ஒற்றுமையை விரும்புபவர்களின் நம்பிக்கையை அவர் இழந்துவிடுவார். இறுதியில் உணவுப் பொருள்களை அனுப்புவது என்று முடிவானது. உணவுப் பொருள்களையும் கொஞ்சம் வீரர்களையும் ஏற்றிக் கொண்டு ஒரு கப்பல் கிளம்பியது.

லிங்கன் சம்டர் கோட்டைக்குத் தாம் உணவுப் பொருள்களை அனுப்பியிருப்பதை, தெற்கு கரோலினா ஆளுநருக்கு ஒரு கடிதம் மூலம் தெரிவித்தார்.

தெற்கு கரோலினா ஆளுநர் பிக்கன்ஸுக்கு (Francis W Pickens) ஏப்ரல் எட்டாம்தேதி அந்தக் கடிதம் கிடைத்தது. 'இப்போது என்ன செய்வது? மத்திய அரசு அனுப்பிய உணவுப் பொருள்களை உள்ளே விட்டால், அவர்களது படை தொடர்ந்து கோட்டையில் இருக்கும் என்று அர்த்தம். இதை நாம் ஏற்றுக் கொள்வது சரியா?' தெற்குப் பகுதியின் புதிய அரசு அதிகாரிகளுடனும் படைத் தலைவர்களுடனும் ஆலோசனை நடத்தினார் அந்த ஆளுநர். இறுதியில் கோட்டையில் இருந்த ஆண்டர்சனையும் மத்திய அரசின் படைகளையும் வெளியேறச் சொல்வதுதான் சரி என்று முடிவெடுக்கப்பட்டது.

தென்னகத் தளபதியான பியூரிகார்ட் (Beauregard), ஆண்டர்சனைப் படைகளோடு வெளியேறச் சொன்னார். வெளியேறுவதற்கு, ஏப்ரல் 15-ம் தேதிவரை அவகாசம் கேட்டார் ஆண்டர்சன். (மேலிடத்திலிருந்து ஆணை அல்லது உணவுப் பொருள் வரவேண்டுமல்லவா? அதற்காகத்தான்).

ஆனால் ஆண்டர்சனின் கோரிக்கையை தெற்கு கரோலினா அரசு ஏற்றுக் கொள்ளவில்லை. 'இன்னும் ஒரு மணி நேரத்தில் கோட்டையைவிட்டு வெளியேற வேண்டும். இல்லையென்றால், பீரங்கித் தாக்குதல் நடத்துவோம்' என்று மிரட்டியது.

ஏப்ரல் 12. அதிகாலை 4.30 மணி. தெற்குக் கரோலினா மாநிலப் படையின் பீரங்கியிலிருந்து புறப்பட்ட முதல் குண்டு கோட்டைக்குள் வந்து விழுந்தது. ஆண்டர்சனும் திருப்பித் தாக்கினார். ஆனால் இருக்கிற ஆயுதங்களையும் வீரர்களையும் கொண்டு சரியான பதிலடி கொடுக்க முடியவில்லை. இதில் உணவுப் பற்றாக்குறை வேறு. ஏப்ரல் 14-ம் தேதி ஆண்டர்சன் 90 வீரர்களை அழைத்துக் கொண்டு, கோட்டையைவிட்டு வெளியேறினார். கிட்டத்தட்ட நான்கு ஆண்டுகள் அமெரிக்காவில் நடந்த உள்நாட்டுப் போரின் தொடக்கம் சம்டர் கோட்டையில் தொடங்கியது.

★

சம்டர் கோட்டையில் ஆண்டர்சன் சரணடைந்த சம்பவம் வட அமெரிக்காவில் பெரிய கொந்தளிப்பை ஏற்படுத்தியது. அமெரிக்க யூனியனின் பலம் இவ்வளவுதானா?

'நிலைமையைச் சமாளிக்க என்ன செய்யலாம்?' லிங்கனின் யோசனையெல்லாம் அதிலேயே இருந்தது. இது சொந்த நாட்டுக்குள்ளேயே நடக்கிற போர். எந்தப் பக்கம் தோற்றாலும் இழப்பு தேசத்துக்குத்தான்.

தென்பகுதிப் படைகள் தாக்க ஆரம்பித்துவிட்டால், இப்போது இருக்கிற படை பலம் போதாது என்பதும் அவருக்குத் தெரிந்திருந்தது. குறைந்தபட்சம் 75,000 படை வீரர்களாவது மேலும் தேவை. தேச ஒற்றுமையைக் காக்க, எல்லா மாநிலங்களுக்கும் படைக்கு ஆளனுப்பச் சொல்லி அறிக்கை கொடுத்தார் லிங்கன்.

லிங்கனின் இந்தக் கோரிக்கைக்கு ஸ்டீபன் டக்ளஸ் முழு ஆதரவு கொடுத்ததுதான் ஆச்சரியத்திலும் ஆச்சரியம். வடபகுதி முழுவதும் தேசப்பற்றுக் கொழுந்துவிட்டு எரிந்தது. கும்பல் கும்பலாக இளைஞர்கள் வந்து படையில் சேர்ந்தார்கள்.

'நான் ஜனநாயகக் கட்சியைச் சேர்ந்தவன். தேர்தலில் லிங்கனுக்கு எதிராக ஓட்டுப் போட்டேன். ஆனால், பிரச்னை என்று வந்து

விட்டால் எனக்குத் தேசம்தான் முக்கியம்' என்று சொன்னபடி ஏராளமான இளைஞர்கள் லிங்கனின் அழைப்பை ஏற்று ராணுவத்தில் சேர்ந்தார்கள். உழவர்கள், வியாபாரிகள், வர்த்தகர்கள் ... எனப் பல பிரிவைச் சேர்ந்தவர்கள் படையில் சேர்ந்தார்கள். லிங்கன் அழைப்பு விட்ட பத்து நாள்களுக்குள் ஒரு லட்சத்துத் தொண்ணூராயிரம் பேர் படையில் சேர்ந்துவிட்டாரகள்.

அவர்களுக்குப் பயிற்சி கொடுப்பது எப்படி? பயிற்சி கொடுப்பது இருக்கட்டும். படையைத் தலைமை ஏற்று நடத்தப் போவது யார்? இந்தக் கேள்விகள் லிங்கனை அரித்தெடுத்துக் கொண்டிருந்தன. அதற்குக் காரணமும் இருந்தது.

வட அமெரிக்காவில் படைகளுக்குத் தலைமை தாங்கக்கூடிய ஒருவர் இருந்தார். அவர் ராபர்ட் லீ. ஆனால் அவர் தென் பகுதியைச் சேர்ந்தவர். 'என்னுடைய மக்களுக்கு எதிராக என்னால் போரிட முடியாது' என்று சொல்லிவிட்டு, லீ தென் பகுதிக்குப் போய், அந்தப் படைக்குத் தளபதியாகவே ஆகிவிட்டார். லீ மட்டும் அன்றைக்கு வடக்குப் பகுதிப் படைகளுக்குத் தலைமைதாங்க ஒப்புக்கொண்டிருந்தால் போர் குறுகிய காலத்திலேயே முடிந்திருக்கும்.

அப்போது, வடக்குப் பகுதியில் தலைமைத் தளபதிப் பதவியை ஏற்கத் தகுதி பெற்றிருந்த ஒரே நபர் வின்ஃபீல்டு ஸ்காட் (Winfield Scott). ஆனால் அவர் முதியவர். ஆனால், அவரைவிட்டால் அப்போது வேறு ஆளும் இல்லை. எனவே, அவர்தான் தளபதி.

சம்டர் கோட்டை விவகாரத்தில் லிங்கன் மேல் குற்றம் சாட்டினார்கள் தென் பகுதிக்காரர்கள். எல்லைப்புற மாநிலங்கள்தான் நடுவில் கிடந்து தத்தளித்துக் கொண்டிருக்க ஆங்காங்கே சில ஊர்களில் அமெரிக்க யூனியன் படைகளுக்கு எதிர்ப்புகளும் கிளம்பிக் கொண்டிருந்தன.

ஆரம்பத்திலிருந்தே லிங்கனுக்குத் தொல்லை கொடுத்து வந்த நகரம் பால்டிமூர். அமெரிக்க ஐக்கியப் படைகள் அந்த நகர் வழியாகச் சென்றபோது, பிரச்னை வெடித்தது. அந்த நகரில் இருந்த தென்பகுதி ஆதரவாளர்கள், படையை முற்றுகையிட்டார்கள். கைகலப்பில் நான்கு படைவீரர்கள் கொல்லப்பட்டார்கள். தாக்குதலில், முற்றுகையிட்டவர்களில் சிலரும் இறந்துபோனார்கள். பலபேர் படுகாயமடைந்தார்கள். பால்டிமூரைப் போலவே மேரிலாண்டிலும் பிரச்னை வெடித்தது.

அடுத்த நாள், பால்டிமூரைச் சேர்ந்த சில பெரிய மனிதர்கள் லிங்கனைச் சந்தித்தார்கள். ராணுவத்தை பால்டிமூர் வழியாக அனுப்பவேண்டாம் என்று கேட்டுக் கொண்டார்கள்.

லிங்கன் சொன்னார்: 'நிலத்தில் வளை தோண்டிச் செல்வதற்கு எங்கள் படைவீரர்கள் எலிகள் அல்ல; வான் வழியே பறந்து செல்வதற்கு அவர்கள் பறவைகளும் அல்ல; அவர்கள் தரைவழியாகச் சென்றுதான் ஆகவேண்டும். வேறு வழியில்லை.'

இந்த இடத்தில் வடமாநிலங்களுக்கும் தென்மாநிலங்களுக்கும் இடையே இருந்த சில நிறை குறைகளைப் பார்த்தாக வேண்டும்.

அப்போது அமெரிக்காவின் வடபகுதியின் மொத்த மக்கள் தொகை 2 கோடி. தென்மாநிலங்களில் 60 லட்சம் வெள்ளையர்களும் 35 லட்சம் கறுப்பின அடிமைகளும் இருந்தார்கள். வடமாநிலம் வசதியான பகுதி. தொழில் வளர்ச்சி, நிதி ஆதாரம் எல்லாமே நன்றாக இருந்தன. தென்பகுதியில் தொழில் வளர்ச்சி அவ்வளவாக இல்லை. ரிச்மாண்ட் நகரத்தில் மட்டும் ஒரே ஒரு இரும்புத் தொழிற்சாலை இருந்தது. போருக்குத் தேவையான ஆயுதங்களைக்கூட இங்குதான் செய்தாக வேண்டும். அதேபோல வடபகுதியில் கடற்படை வலிமையாக இருந்தது. நிர்வாகம் சிறப்பாக இருந்தது. ஆனால், தென்பகுதியில் நிர்வாகம் சரியில்லை. ஒவ்வொரு மாநிலமும் தனித்தனி அரசாங்கத்தைப் போல செயல்பட்டன. பல ஆளுநர்களும் நாடாளுமன்ற உறுப்பினர்களும் தென்பகுதி ஜனாதிபதி ஜெஃபர்சன் டேவிஸுக்கு எதிராகச் செயல்பட்டுக் கொண்டிருந்தார்கள்.

இவ்வளவு குறைகள் தென்பகுதியில் இருந்தாலும், வடபகுதி தோல்வியைத் தழுவியதற்குக் காரணம் இருந்தது. முதல் காரணம் உள்நாட்டுப் போருக்கு வடபகுதி தன்னைத் தயார்ப்படுத்திக் கொள்ளவில்லை.

தென்மாநிலங்கள் பிரிந்து போனவுடனேயே உஷாரகிவிட்டன. மளமளவென்று படைக்கு ஆள்களைச் சேர்த்தன. ஆயுதம் மற்றும் தளவாடங்களை வாங்கிக் குவித்தன. வர்ஜீனியா, அர்கான்சாஸ், டென்னஸி, வடக்கு கரோலினா போன்ற மாநிலங்கள் தென்பகுதி அரசோடு இணைந்ததால், தென்பகுதியின் மக்கள் தொகையும் இரட்டிப்பாகிவிட்டது. அதேபோல, தென்பகுதியில்தான் ராபர்ட் இ. லீ (Robert E. Lee), சிட்னி (Sidney), ஜோசப் ஈ. ஜான்ஸ்டன் (Joseph E. Johnston), பி.ஜி.டி. பியூரிகாட்

(P.G.T. Beauregard) போன்ற திறமை வாய்ந்த தளபதிகள் இருந்தார்கள்.

தென்பகுதியின் ஜனாதிபதி ஜெஃபர்சன் டேவிஸ், திறமையும் அனுபவமும் பெற்றவர். ஒருமுறை பாதுகாப்புத் துறை அமைச்சராக இருந்தவர். ராணுவக் கல்லூரியில் படித்தவர். ஆபிரஹாம் லிங்கனுக்கு இந்த அனுபவங்களெல்லாம் கிடையாது. அவர் ஒரு மாநிலத்தின் ஆளுநராகவோ, ஒரு நகரத்தின் மேயராகவோகூட அதுவரை இருந்ததில்லை.

ஆனால் தோல்வி லிங்கனுக்குப் புதியதல்ல. வாழ்க்கை முழுவதும் துன்பத்தையும் தோல்வியையுமே கண்டுவந்த லிங்கன், உள்நாட்டுப் போரில் ஆரம்பத்தில் கிடைத்த தோல்விகளையும் எதிர்கொண்டார்.

ஆரம்பத்தில் அவருக்கு ஏற்பட்ட முக்கியமான தோல்விகளில் ஒன்று 'புல்ரன்' (Bull Run) ஆற்றங்கரையில் மனாசஸ் (Manassas) என்ற இடத்தில் நடந்த போரில் ஏற்பட்ட தோல்வி. அதற்குக் காரணம், பயிற்சி பெறாத படை நடத்திய போர் அது.

அமெரிக்க ராணுவம் மூன்று பிரிவுகளாகப் பிரிக்கப்பட்டிருந்தது. பொடொமாக் (Potomac) இலாகா, ஓகியோ (Ohio) இலாகா, மேற்கு (West) இலாகா. புல்ரன் போரில் பொடொமாக் இலாகா ஈடுபட்டிருந்தது. அந்தப் படைக்குத் தலைமை தாங்கியவர் தளபதி மெக்டோவல் (McDowell). எதிர்பாராத தாக்குதலில் நிலை குலைந்து, கிட்டத்தட்ட புறமுதுகிட்டு வாஷிங்டனை நோக்கி ஓடி வந்திருந்தது அந்தப் படை. ஒரே ஆறுதல் தென்பகுதிப் படை விரட்டிக் கொண்டு பின்னால் வரவில்லை. அப்படி வந்திருந்தால் விளைவு இன்னும் மோசமாக இருந்திருக்கும்.

'புல்ரன் தோல்வி'தான் எங்கும் பேசப்பட்டுக் கொண்டிருந்தது. லிங்கன்தான் படையெடுப்பை நடத்தச் சொல்லியிருந்தார். அதற்கு ஒப்புக்கொண்டதற்காக, 'நான் அமெரிக்காவின் மிகப் பெரிய கோழை' என்று நொந்துகொண்டார் தளபதி ஸ்காட். இந்தக் கருத்தை மிக வெளிப்படையாகவே லிங்கனிடமும் பகிர்ந்து கொண்டார்.

'இந்தத் தோல்விக்கு நானும் பொறுப்பேற்றுக் கொள்கிறேன்' என்றார் லிங்கன்.

'நான் எத்தனையோ ஜனாதிபதிகளின் கீழ் பணியாற்றியிருக் கிறேன். இப்படி எந்தப் பழியையும் ஏற்றுக்கொள்ளும் உங்களைப் போன்ற ஒரு ஜனாதிபதியை நான் பார்த்ததில்லை' என்று நெகிழ்ச்சியோடு சொன்னார் ஸ்காட்.

புல்ரன் தோல்விக்குப் பிறகு, பொடொமாக் ராணுவத்தின் தலைமைத் தளபதியாக நியமிக்கப்பட்டவர் மெக்கல்லன் (George B. McCellan). வெஸ்ட் பாயிண்ட் ராணுவக்கல்லூரியில் படித்துப் பட்டம் வாங்கியவர். முப்பத்தைந்து வயது இளைஞர். மெக்கெல்லனிடம் அலட்சியம், வறட்டு கௌரவம், வெட்டி பந்தா எல்லாம் கொஞ்சம் அதிகமாகவே இருந்தன.

இந்தச் சூழ்நிலையில் தலைமைத் தளபதி ஸ்காட்டுக்கு உடல் நலம் குறைந்தது. வேறு வழியே இல்லை. மெக்கல்லன்தான் அடுத்த தலைமைத் தளபதி. ஏற்கெனவே வகித்து வந்த பதவியுடன் 'இந்தா தலைமைத் தளபதி பதவி!' என்று தூக்கிக் கொடுத்த பதவியையும் வாங்கித் தலையில் சூடிக் கொண்டார் மெக்கெல்லன். பிள்ளைப் பூச்சி மாதிரி இந்த மெக்கல்லன், லிங்கனைக் குடைந்த குடைச்சல் கொஞ்சநஞ்சமல்ல.

மெக்கல்லனின் அலட்சிய சுபாவத்துக்கு ஓர் உதாரணம்.

ஒரு முக்கியமான ராணுவ நடவடிக்கையைப் பற்றிப் பேச வேண்டியிருந்தது. இரவு என்றும் பார்க்காமல், லிங்கன், அமைச்சர் சீவர்டு, லிங்கனின் உதவியாளர் ஹே மூவரும் மெக்கல்லனின் வீட்டுக்குப் போனார்கள். இவர்கள் போன சமயத்தில் மெக்கல்லன் வீட்டில் இல்லை. சரி அவர் வரும்வரை காத்திருப்போம் என்று மூன்று பேரும் வரவேற்பறையிலேயே அமர்ந்து பேசிக்கொண்டிருந்தார்கள்.

மூவரும் கிட்டத்தட்ட ஒரு மணிநேரம் காத்திருந்தபிறகு, மெக்கல்லன் வந்தார். வந்தவர், வரவேற்பறையில் அமர்ந் திருந்த லிங்கனையும் மற்றவர்களையும் திரும்பிக்கூடப் பார்க்க வில்லை. அவர்பாட்டுக்கு விடுவிடுவென மாடி அறைக்குப் போய்விட்டார். மூவரும் அதிர்ந்து போனார்கள். லிங்கன் மெக்கல்லனின் வீட்டு வேலையாளைக் கூப்பிட்டார்.

'நாங்கள் அவரைப் பார்ப்பதற்காக வந்திருக்கிறோம் என்று மெக்கல்லனிடம் போய் சொல்லுங்கள்' என்றார்.

ஆபிரஹாம் லிங்கன் | 121

அந்த வேலையாள் மாடிக்குப் போனார். கொஞ்ச நேரம் கழித்துத் திரும்பிவந்தார்.

'மன்னிச்சுக்கங்க! ஐயா தூங்கிட்டார்.'

இதைக் கேட்டுக் கொதித்துப் போனார் ஹே. 'என்ன திமிர்! அந்த ஆளை இன்னிக்கி ஒரு வழி பண்ணிடறேன் பாருங்க' என்றபடி மாடிக்கு ஏறத் தயாராகிவிட்டார். அவரைத் தடுத்து நிறுத்தினார் லிங்கன்.

'இங்க பாருங்க ஹே, இந்த மாதிரியான நெருக்கடியான காலக் கட்டத்துல நாமதான் பொறுமையா இதையெல்லாம் தாங்கிக் கணும்.'

மெக்கல்லன் ஒரு தளபதி. லிங்கனோ நாட்டின் ஜனாதிபதி. இப்படி ஒரு படைத்தளபதி இருந்தால் எப்படிப்பட்ட ஜனாதி பதிக்கும் கோபம் வரும், அந்த ஆளைப் போட்டுத் தள்ளக்கூடத் தயங்கமாட்டார்கள். ஆனால் பொறுமையோடு இருந்தார் லிங்கன்.

இப்படிப்பட்ட மெக்கல்லனுக்கு நம்பமுடியாத ஒரு செல்லப் பெயர்கூட இருந்தது. 'இளைய நெப்போலியன்.' இத்தனைக்கும் இந்த மெக்கல்லன் எந்தப் போரிலும் பெரிய சாதனை எதையும் படைத்துவிடவில்லை. நம்ம ஊரில் நடிகர்களுக்கெல்லாம் 'தளபதி', 'இளைய தளபதி' என்று பட்டம் கொடுப்பதில்லையா? அதுபோல யாரோ இப்படி ஒரு பட்டத்தைத் தூக்கி மெக்கல்ல னுக்குக் கொடுத்துவிட்டார்கள்.

மெக்கல்லனிடம் இருந்தது சாதாரணக் கொசுப் படை அல்ல. மிகப் பெரிய படை. 'இதோ இப்போ கிளம்பிடும். நாளைக்குக் கிளம்பிடும். கிளம்பியாச்சு' என்றெல்லாம் சொல்லிக் கொண்டு இருந்தாரே தவிர, மனிதர் படையை இருந்த இடத்திலிருந்து கொஞ்சம்கூட நகர்த்துகிற வழியைக் காணோம். நாட்டில் உள்ள அமைச்சர்கள் தொடங்கி சாதாரணக் குடிமக்கள் வரை பொறுமை இழந்து போகிற அளவுக்குப் 'பொறுமை' காத்து ஆணியடித்த மாதிரி ஒரே இடத்தில் தன் படையோடு தங்கியிருந்தார் மெக்கல்லன். படையை நகர்த்தாமல் இருந்த இடத்திலேயே இருந்ததற்கு ஒரு காரணம் என்றில்லை. பல காரணங்களைச் சொன்னார் மெக்கல்லன்.

ஒரு முறை லிங்கன் கேட்டதற்கு, 'படைகள் ஓய்வெடுத்துக் கொண்டிருக்கின்றன' என்று பதிலனுப்பினார்.

லிங்கன் அதற்கு ஒரு கடிதம் போட்டார்: 'படைகள் என்ன செஞ்சு கிழிச்சுது, களைச்சுப் போகறதுக்கு?'

அமெரிக்க ஐக்கியப் படைகள் வெற்றி பெற்று, உள்நாட்டுப் போரே முடிவுக்கு வரும் அளவுக்கு ஒரு வாய்ப்புகூட வந்தது. அதையும் நழுவவிட்டார் இந்த மெக்கல்லன். தென்னகக் கூட்டுப் படையோடு போர். அதற்குத் தலைமை தாங்கியவர் தளபதி லீ. சொல்லப்போனால், லீயின் படையில் இருந்ததைவிட, மெக்கல்லனின் படையில் இருந்த வீரர்கள் அதிகம். போரில் மெக்கல்லனின் படைகள் ஜெயித்தும்விட்டன. லீயின் படைகள் பின்வாங்கிக் கொண்டிருந்தன. அன்றைக்கு மட்டும் மெக்கல்லன் லீயின் படைகளைத் துரத்திச்சென்று தாக்கியிருந்தால், உள் நாட்டுப் போரே ஒரு முடிவுக்கு வந்திருக்கும். லிங்கனும் துரத்திச் செல்லும்படி போர்முனைக்குத் தகவல் அனுப்பிக் கொண்டே இருந்தார். மெக்கல்லன், லீயின் படைகளைத் துரத்திச் செல்ல மறுத்துவிட்டார். அதற்கு அவர் சொன்ன காரணம், 'அவர் களுடன் மோத இப்போது இருக்கும் படை போதாது. இன்னும் கொஞ்சம் வீரர்களை அனுப்புங்கள்.'

நொந்துபோனார் லிங்கன். மெக்கல்லனைப் பற்றி எரிச்சலோடு சொன்னார்: 'மெக்கல்லனுக்கு ஒரு லட்சம் படைவீரர்களை அனுப்பினால், அடுத்த நாள் படையோடு கிளம்புகிறேன் என்று சொல்வார். ஆனால், அடுத்த நாள், எதிரிப்படையில் நான்கு லட்சம் வீரர்கள் இருக்கிறார்கள். இன்னும் கொஞ்சம் வீரர்களை அனுப்புங்கள் என்று சொல்வார்.'

எப்படியோ ஆமை வேகத்தில், மூன்று மாதங்களாகப் படையை நடத்திக்கொண்டு போய், ரிச்மாண்ட் (Richmond) என்ற இடத்தில் எதிரிப்படைகள் இருக்கும் இடத்துக்குப் போய்விட்டார் மெக்கல்லன். ஏழுநாள் நடந்த போரில் யூனியன் படைகளுக்கு மரண அடி கிடைத்தது. தோற்றுப் போனாலும், தன் அடாவடித் தனத்தைவிடவில்லை மெக்கல்லன். கீழே விழுந்தாலும் மீசையில் மண் ஒட்டவில்லை என்பது மாதிரி. அவர் லிங்கனுக்கு ஒரு கடிதம் எழுதினார்.

கடிதம் என்றால், 'மதிப்புக்குரிய ஐயா!' என்று ஆரம்பித்து ஒரு ஜனாதிபதிக்கு எழுதும் கடிதமாக அது இல்லை. லிங்கன்

அரசியலில் என்னென்ன செய்யவேண்டும் என்பதைப் பற்றிய ஒரு கட்டுரை என்றுதான் அதைச் சொல்லவேண்டும். 'உள் நாட்டுப் போர் கிறிஸ்துவ நெறிப்படி நடத்தப்படவேண்டும். அடிமைகளை விடுவிப்பதற்காகப் போர் புரியக்கூடாது. லிங்கன் அடிமைகள் விடுதலை பெறவேண்டும் என்பதற்காகப் போரை நடத்தினால், படையில் சேருவதற்கு யாரும் வரமாட்டார்கள். படைகளுக்கு நல்ல தலைமைத் தளபதி ஒருவரை நியமியுங்கள்' இப்படி இருந்தது அந்தக் கடிதம்.

ஒருபக்கம் மெக்கல்லன், லிங்கனுக்குக் குடைச்சல் கொடுத்துக் கொண்டிருக்க, மற்றொரு பக்கம், இன்னொரு குடைச்சல் புதிதாக முளைத்தது. ராணுவப்பாதுகாப்புத் துறையில் வீண் செலவுகளும் லஞ்சமும் அதிகமாகியிருந்தன. வேண்டியவர் களுக்குச் சலுகை, பணம் கொடுத்தால் வேலை போன்றவை சர்வ சாதாரணமாக நடந்துகொண்டிருந்தன. பாதுகாப்பு ஏற்பாடுகளே கேள்விக்குறியாகிவிடுமோ என்ற நிலை. இப்போது இதை யெல்லாம் சரி செய்வதற்குப் பொருத்தமான ஓர் ஆளை நியமித் தாக வேண்டும். யாரை நியமிப்பது? புதிதாக வருகிறவர் திறமை சாலியாக, அதேசமயம் நேர்மையானவராகவும் இருக்க வேண்டும்.

லிங்கனின் நினைவுக்கு வந்தவர் ஸ்டேண்டன் (Edwin M Stanton). தலைமை வழக்கறிஞராக (Attorney General) இருந்தவர். அரசியல் ரீதியாகக் குடியரசுக் கட்சியைச் சேர்ந்த லிங்கனுக்கு எதிர்முனை யில் இருந்தவர். ஆபிரஹாம் லிங்கனை 'கொரில்லா', 'இல்லினாய்ஸ் குரங்கு' என்று ஒருபடி இறங்கிவந்து விமர்சனம் செய்தவர். இருந்தாலும் அவரிடம் நிர்வாகத் திறமை இருப்பதாக நம்பினார் லிங்கன்.

உடனே ஸ்டேண்டனை அழைத்துப் பேசினார். முதலில் தயங்கினாலும் ஸ்டேண்டன் ஒப்புக்கொண்டார். 1862-ம் ஆண்டு, ஜனவரி மாதம் ஸ்டேண்டன் பாதுகாப்புத் துறையின் செயலாள ராக நியமிக்கப்பட்டார்.

தடாலடியான முடிவுகளை எடுப்பார் ஸ்டேண்டன். தேவைப் படும்போது, எடுத்துச்சொல்லித் திருத்துவார் லிங்கன். ஆரம்பத் தில் 'இக்கட்டான சூழ்நிலையில் நாட்டுக்கு உதவுவது என் கடமை' என்று சொல்லித்தான் பாதுகாப்புத் துறை செயலாளர் பதவிக்கு ஒப்புக் கொண்டார் லிங்கன். ஆனாலும் லிங்கனுடன்

பழகப்பழக தன் எண்ணத்தை மாற்றிக் கொண்டார் ஸ்டேண்டன். குடியரசுக்கட்சியில் தன்னை இணைத்துக் கொண்டார்.

மெக்கல்லன் இடத்தில் போப் (John Pope) என்பவரை நியமித்தார் லிங்கன். போப்பின் தலைமையில் 1,50,000 வீரர்கள் கிளம்பி னார்கள். மறுபடியும் அதே புல்ரன்னில் போர் நடந்தது. தென்னகக் கூட்டுப் படையின் தளபதி லீயின் படையில் இருந்த வீரர்களின் எண்ணிக்கை வெறும் 55,000. போப்பை எதிர்த்து லீ நடத்திய தாக்குதல், 'வரலாற்றிலேயே மிகவும் துணிச்சலான தாக்குதல்' என்று வர்ணிக்கப்படுகிறது. படைபலம் இருந்தும் போப்பின் படைகள் தோல்வியைத் தழுவின. பயங்கரமான உயிர்ச்சேதம். சொல்லப்போனால், யூனியன் படைகளை லீயின் படைகள் விரட்டிக் கொண்டு வந்தன. தாங்க முடியாமல் போப் தன் பதவியை ராஜினாமா செய்தார்.

போப்புக்குப் பிறகு, தலைமைத் தளபதிப் பொறுப்புக்கு ஆம்புரோஸ் பர்ன்சைடு (Ambrose Burnside) என்பவரை நியமித்துப் பார்த்தார் லிங்கன். பிரெடரிக்ஸ்பர்க் (Fredericksburk) என்ற நகருக்கு அருகில் நடந்தது சண்டை. லீயின் படைகள் அங்குதான் முகாமிட்டிருந்தன. 1862, டிசம்பர் 11, 12 தேதிகளில் நடந்த அந்தச் சண்டையிலும் யூனியன் படைகளுக்குத் தோல்விதான். வெற்றியும் தோல்வியும் யூனியன் படைகளுக்கு மாறிமாறி கிடைத்துக் கொண்டிருந்தன.

லிங்கனின் சொத்து மதிப்பு

9

அமெரிக்க உள்நாட்டுப் போர் நடந்து கொண்டிருந்தபோது மட்டுமல்ல, அது முடிந்தபிறகும்கூட லிங்கன் விமர்சனத்துக்கு ஆளானார்.

'அவருக்கு என்ன அடிமைகள் மேல் அக்கறை? எல்லாம் சுய ஆதாயத்துக்குத்தான். அப்போதுதானே ஓட்டுக் கிடைக்கும், புகழ் கிடைக்கும்?' என்று சொன்னவர்கள் நிறையப்பேர்.

ஆனால், அடிமை முறையை ஒழித்து விடவேண்டும் என்பதில் லிங்கன் மிகவும் உறுதியாக இருந்தார் என்பதுதான் உண்மை.

ஒரு முறை 'நியூ யார்க் ட்ரிபியூன்' (New York Tribune) என்ற பத்திரிகையில் ஹோரேஸ் கிரீலே (Horace Greeley) என்பவர் 'இருபது மில்லியன் மக்களின் வேண்டுகோள்' என்ற தலைப்பில் ஒரு தலையங்கம் எழுதினார்.

அந்தத் தலையங்கத்தில் இன்னும் தாமதம் செய்யாமல் அடிமைத்தனத்துக்கு எதிராக

அரசு நடவடிக்கை எடுக்கவேண்டும் என்று எழுதியிருந்தார். அதற்கு இப்படி பதில் எழுதினார் லிங்கன்.

'இந்தப் போரில் என்னுடைய தலையாயக் குறிக்கோள் நாட்டின் ஒற்றுமையைப் பாதுகாப்பதுதான். அடிமை முறையைப் பாது காப்பதோ, ஒழிப்பதோ என்னுடைய நோக்கம் அல்ல. ஒரு அடிமையைக்கூட விடுதலை செய்யாமல்தான் என்னுடைய தேசத்தைக் காப்பாற்ற முடியும் என்றால் அதை நான் செய்வேன். எல்லா அடிமைகளையும் விடுதலை செய்தால்தான், இந்தத் தேசத்தைக் காப்பாற்ற முடியும் என்றால், அதையும் நான் செய்வேன். சிலரை மட்டும் அடிமைத்தனத்திலிருந்து விடுவிக்க லாம், சிலரை விடுவிக்கமுடியாது. அப்போதுதான் தேசத்தைக் காப்பாற்ற முடியும் என்று சொன்னால்கூட அதையும் நான் செய்வேன்.'

லிங்கன் இப்படிச் சொன்னது விமர்சனத்துக்கு உள்ளானது. உள்நாட்டுப் போர் நடந்துகொண்டிருந்த சூழ்நிலையில் லிங்க னுக்குப் போர் முடிவுக்கு வரவேண்டும், தேசம் பிளவுபட்டு விடக்கூடாது என்பதில்தான் முழுக்கவனமும் இருந்தது. அதற்காக அவர் எதைச் செய்யவும் தயாராக இருந்தார். அதற்காக, அடிமைத்தனத்தை அவர் ஆதரிக்கவும் தயாராக இருந்தார் என்று அர்த்தப்படுத்திக் கொள்ளக்கூடாது. லிங்கனின் அடிப்படைக் கொள்கை: 'எல்லா மனிதர்களும் எல்லா நாடுகளிலும் சுதந்தர மனிதர்களாக வாழ உரிமை படைத்தவர்கள்.'

'அடிமைகளை விடுதலை செய்து அவர்களையும் போரில் ஈடுபடச் செய்யவேண்டும்; இல்லையென்றால் அமெரிக்க யூனியன் சரணடைய வேண்டும். இந்த இரண்டில் ஒன்றைச் செய்வதைத் தவிர எனக்கு வேறு வழியில்லை' என்றும் சொன்னார் லிங்கன்.

உள்நாட்டுப் போர் நடந்துகொண்டிருந்த சமயத்தில், தென் பகுதிக் கூட்டுப் படைகளை ஆதரிக்க ஃபிரான்ஸ், பிரிட்டன் ஆகிய நாடுகள் தயாராக இருந்தன. இந்த இரண்டு நாடுகளும் தென்பகுதிக் கூட்டுப் படைகளுக்கு உதவி செய்திருந்தால், போரின் முடிவே வேறு மாதிரி இருந்திருக்கும். வடக்குப் பகுதி யான யூனியன் படைகளுக்கு ஒரு எதிரி போதாதென்று, வேறு சில எதிரிகளும் கிடைத்திருப்பார்கள். இதை நன்றாக உணர்ந்திருந்தார் லிங்கன். அமெரிக்க யூனியனைக் காப்பாற்று

ஆபிரஹாம் லிங்கன் | 127

வதற்காக மட்டுமில்லாமல், அடிமைகளை விடுவிப்பதற்காக நடக்கிற போர் என்று வெளிக்காட்டியதால்தான், உலக மக்களின் ஆதரவையும் அனுதாபத்தையும் அவரால் பெற முடிந்தது. மக்களின் எண்ணத்துக்கு மாறாக ஃபிரான்ஸ், பிரிட்டன் அரசாங்கங்கள் தென்பகுதிக் கூட்டுப் படைகளுக்கு உதவிசெய்யத் தயங்கும் என்று நம்பினார் லிங்கன். அவர் நினைத்தபடிதான் நடந்தது.

1862, செப்டெம்பர் 22-ம் தேதி லிங்கன் ஓர் அறிவிப்பை வெளியிட்டார். 'சரியாக இன்னும் மூன்று மாதங்கள் அவகாசம் தருகிறேன். பிரிந்துபோன மாநிலங்கள் ஒழுங்கு மரியாதையாக ஐக்கிய அமெரிக்கக் கூட்டமைப்புக்குள் வந்து சேர வேண்டும். இல்லையென்றால், அந்த மாநிலங்களில் உள்ள அத்தனை அடிமைகளும் விடுதலை அடைந்தவர்களாக அறிவிக்கப்பட்டு விடுவார்கள்.'

இதற்குப் பெயர் ராஜதந்திரம். எதிரி மாநிலங்களாக இருந்தாலும் அடிமைகள் நிறைய இருந்தபகுதி தென்பகுதி. அவர்களுக்குச் சுதந்தரம் கொடுக்கக்கூடாது என்பதை முன்வைத்துத்தான் போரே நடந்துகொண்டிருந்தது. அந்த மாநிலங்கள் அமெரிக்காவிலிருந்து பிரிந்து போனதும் அதற்காகத்தான். லிங்கன் இப்படி ஒரு அறிவிப்புக் கொடுத்ததும், கறுப்பின மக்கள் அனைவரும் நிமிர்ந்துகொண்டார்கள்.

லிங்கனுக்குக் கறுப்பின மக்களின் ஆதரவு வலுத்துக்கொண்டு வந்தது.

உலக நாடுகளும் இனிமேல் அடிமைகளை வைத்துக் காலம் தள்ள முடியாது என்பதை உணர்ந்துகொண்டன. தென்பகுதிக் கூட்டுப் படைகள் உதவிகேட்டுத் தூது அனுப்பியபோது, எல்லா ஐரோப்பிய நாடுகளும் நிராகரித்துவிட்டன.

லிங்கன் அடிமைகள் விடுதலைப் பிரகடனத்தைத் தயார் செய்துவிட்டாலும், அதை வெளியிடுவதற்குச் சமயம் பார்த்துக் காத்திருந்தார். 1863, ஜனவரி 1-ம் தேதி பிரகடனத்தை வெளியிடுவது என முடிவு செய்தார். அதற்கு முதல் நாள் அமைச்சரவையைக் கூட்டினார். அறிக்கையை வாசித்து, திருத்தங்களையும் மாறுதல்களையும் காட்டினார். அடுத்த நாள் அடிமை விடுதலைப் பிரகடனம் வெளியிடப்பட்டது.

விடுதலைப் பிரகடனத்தை வெளியிட்டுவிட்டு தம் நண்பர் சீவர்டிடம் லிங்கன் இப்படிச் சொன்னார்: 'அடிமைத்தனம் குற்றமில்லை என்றால் உலகில் எதுவுமே குற்றமில்லை. நான் ஒரு நல்ல செயலைச் செய்கிறேன் என்று இன்று உறுதியாக நினைப்பதைப்போல், என் வாழ்நாளில் வேறு எப்போதும் நினைத்ததில்லை.'

விடுதலைப் பிரகடனம் வெளியானதும் போர் முனையில் கலவரம் வெடித்தது. 'நாங்கள் நீக்ரோக்களின் விடுதலைக்காகப் போராடமாட்டோம்' என்று ஆயிரக்கணக்கானோர் போரிலிருந்து விலகி ஓடினார்கள். பொதுமக்கள் மத்தியிலும் இந்த விடுதலைப் பிரகடனத்துக்கு அவ்வளவு சிறப்பான வரவேற்பு இல்லை. இதற்கெல்லாம் கொஞ்சமும் சளைத்துவிடவில்லை லிங்கன்.

இப்போது கறுப்பின மக்களின் ஆதரவு கிடைத்துவிட்டதால், அவர்களையும் படையில் சேர்த்துக் கொண்டார் லிங்கன். படையில் வெள்ளையின மக்களுக்கும் கறுப்பின மக்களுக்கும் உணவு, உடை, ஊதியம் எல்லாவற்றிலும் பாரபட்சம் நிலவினாலும் உற்சாகமாகப் போராடினார்கள் கறுப்பின மக்கள். அது அவர்களுக்காக நடக்கும் போர் இல்லையா?

தென்பகுதியில் இருந்த பல்லாயிரக்கணக்கான அடிமைகள் தப்பித்து வந்து, லிங்கனின் படையில் சேர்ந்து கொண்டார்கள். காடு, மேடு, சமவெளி, மலை, ஆறு எல்லாமே அவர்களுக்கு அத்துப்படியாகியிருந்தன. பெரும்பாலான சமயங்களில் படைகளுக்குப் பல வழிகளில் உதவியாக இருந்தார்கள், வழி காட்டினார்கள்.

'கறுப்பினப் பெண்கள் உள்நாட்டுப் போரில் ஆற்றிய பங்கு பொன்னெழுத்துகளில் பொறிக்கப்பட வேண்டியது' என்கிறார்கள் ஆராய்ச்சியாளர்கள். ராணுவத்துக்கு ஆளெடுப்பதிலிருந்து, அவர்களுக்கு மருத்துவ வசதி செய்து கொடுப்பது, அடிபட்டவர்களைத் தூக்கிக் கொண்டுபோய் சிகிச்சையளிப்பது, ஆயுதங்களைக் கொண்டுபோய் சேர்ப்பது... எனப் பல உதவிகளை இந்தப் பெண்கள் பம்பரமாகச் சுழன்று சுழன்று செய்தார்கள்.

ஒரு நிலச்சுவான்தார் தன் நண்பருக்கு எழுதிய கடிதத்தில் இந்தப் பெண்களைப் பற்றி இப்படிக் குறிப்பிடுகிறார்: 'இந்த நீக்ரோ

பெண்களைப் பார்த்தால் எனக்கு வியப்பாக இருக்கிறது. இந்தப் போரின் தலையெழுத்தை லிங்கன் அல்ல; இவர்கள்தான் தீர்மானிக்கப் போகிறார்கள் என்று நினைக்கிறேன்.'

அதேசமயம் தென்பகுதியில் அடிமைகளைத் தப்புவித்து அனுப்பு கிற பணியும் ஜரூராக நடந்துகொண்டிருந்தது. அப்போதுதானே அமெரிக்க ஐக்கியப் படையின் எண்ணிக்கை உயரும்? இதிலும் உதவி செய்தது நீக்ரோ பெண்கள்தான். ஒரே இரவில் ஜார்ஜியா விலிருந்து 1500 அடிமைகள் தப்பித்து, ரகசியமாக வாஷிங்ட னுக்கு வந்து சேர்ந்தார்கள். இவர்கள் தப்பிக்க உதவி செய்தது, 15 பேர் கொண்ட பெண்கள் குழு ஒன்று.

போர் நடந்து கொண்டிருந்த மூன்று ஆண்டுகளுக்கு, தென் பகுதி கூட்டமைப்புப் படைக்கும் முழு வெற்றி கிடைக்க வில்லை. அமெரிக்க யூனியன் படைகளுக்கும் முழு வெற்றி என்று சொல்வதற்கில்லை. அமெரிக்க யூனியன் படைகள் கணிசமாக வெற்றி பெற்றிருந்தாலும், எல்லாமே சின்னச் சின்ன வெற்றிகள்தான்.

அமெரிக்க யூனியன் படைகளுக்குத் தலைமையாக யூலிசிஸ் கிராண்ட் (Ulysses S. Grant) பதவியேற்றதும் படைவீரர்களுக்குப் புது சுறுசுறுப்பும் முறுக்கும் வந்துவிட்டன. கிராண்ட் கொஞ்சம் முரட்டுத்தனமான ஆள். யார், என்ன ஏது என்று பார்க்க மாட்டார். விளாசித் தள்ளிவிடுவார். புத்திசாலி. சின்னச் சின்ன வெற்றிகள் படைவீரர்களுக்கு உற்சாகம் கொடுக்கும் என்று தெரிந்து வைத்திருந்தார் அவர். தென்பகுதியில் சின்னச் சின்னப் பகுதி களைத் தாக்கி, வெற்றிக் கொடி நாட்டினார். ஹென்றி கோட்டை (Fort Henry), டோனெல்சன் கோட்டை (Fort Donelson) இரண்டையும் தாக்கிக் கைப்பற்றி எல்லோரையும் மூக்கின் மேல் விரலை வைக்கச் செய்தவர் இந்த கிராண்ட்.

கிராண்டின் தலைமையில் முழுவெற்றி கிடைத்துவிடும் என்று நம்பினார் லிங்கன். இந்தச் சூழலில் அமெரிக்காவில் மறுபடியும் ஜனாதிபதித் தேர்தல் நெருங்கிக் கொண்டிருந்தது.

வாழ்க்கையெல்லாம் போராடி அமெரிக்க ஜனாதிபதியான லிங்கனின் பதவிக்காலம் முழுவதும் உள்நாட்டுப் போரிலேயே கழிந்துவிட்டது. எப்போது பார்த்தாலும் ஏதாவது ஒரு பிரச்னை. இந்தச் சமயத்தில் இரண்டாவது தேர்தல். தொழில் துறையில்

உருப்படியாக எதையுமே செய்ய முடியாமல் அமெரிக்கா தேங்கிக் கிடந்த காலம் அது.

ஜனாதிபதித் தேர்தல் நெருங்க நெருங்க லிங்கனின் வெற்றியை முன்னறிவிப்புச் செய்கிற மாதிரி, போரில் சில திருப்பங்கள் ஏற்பட்டன. கிராண்ட்டின் தலைமையிலான படைகள், வடக்கு திசையிலும், தெற்குத் திசையிலும் தாக்குதல் நடத்தி, மிசிசிபி ஆற்றின் பெரும்பகுதியைத் தங்கள் கட்டுப்பாட்டில் கொண்டு வந்தன. விக்ஸ்பர்க் (Vicksburg), ஹட்சன் துறைமுகம் (Hudson harbour) இரண்டுக்கும் இடைப்பட்ட 250 மைல்கள் நீளமுள்ள ஆறு, தென்பகுதிக் கூட்டுப் படைகளின் கட்டுப்பாட்டில் அது வரை இருந்துவந்தது. தென்பகுதிக் கூட்டுப்படைகள், வெளி நாடுகளுடன் தொடர்பு வைத்துக்கொள்ள இந்தப் பகுதிதான் வாசலாக இருந்துவந்தது. இப்போது அது அமெரிக்க யூனியன் படையின் கையில்.

கிராண்ட் மூன்று மாதங்கள் பொறுமையாகக் காத்திருந்தார். பிறகு துணிந்து லீயின் படைகளைத் தாக்கத் தொடங்கினார். மூன்று வாரங்களில் ஐந்து போர்க்களங்களில் வெற்றிக் கொடியை நாட்டினார் கிராண்ட். மிசிசிபியின் தலைநகர் கிராண் டின் வசமானது.

தென்பகுதி கூட்டமைப்புப் படைகளும் தங்கள் கைவரிசையைக் காட்டிக் கொண்டிருந்தன. 'விட்டேனா பார்!' என்று களத்தில் இறங்கிய அந்தப் படைகள், மேரிலாந்தின் (Mary Land) மேற்குப் பகுதியையும், பெனிசில்வேனியாவின் (Pennysylvania) தென்பகுதி யையும் தங்கள் வசமாக்கிக் கொண்டன. அப்போது பொடொ மாக் பிரிவுக்குத் தலைமைத் தளதியாக இருந்த ஜோசப் ஹூக்கரைத் (Joseph Hooker) பதவியிலிருந்து தூக்கிவிட்டு, அவர் இடத்தில் ஜார்ஜ் மீட் (George G. Meade) என்பவரை நியமித்தார் லிங்கன். ஒரே ஆண்டில் அந்தப் படைப் பிரிவுக்கு ஐந்தாவது தளபதியாக நியமிக்கப்பட்டவர் ஜார்ஜ் மீட் (George G. Meade).

1863. ஜூலை *1*. பெனிசில்வேனியாவின் தெற்குப் பகுதியில், கெட்டிஸ்பர்க் (Gettysburg) என்னும் இடத்தில் லீயின் படைகளும், அமெரிக்க யூனியன் படைகளும் மோதிக் கொண்டன. இரண்டு பக்கமும் அநியாயத்துக்கு உயிர்ச் சேதம். ஆனால் அந்தப் போரில் வெற்றி, யூனியன் படைகளுக்கு என்று முடிவானது. மேற்குப் போர் முனையில் தளபதி கிராண்ட், ஜூலை *4*-ம் தேதி விக்ஸ்பர்க் நகரைக் கைப்பற்றினார்

லிங்கனை வெற்றி வீடு தேடி வந்து கொண்டிருக்க, அவர் மேல் கடுமையான விமர்சனங்களும் வீசப்பட்டுக் கொண்டிருந்தன. அவற்றுள் முக்கியமான ஒன்று, 'லிங்கன் ஒரு சர்வாதிகாரி.'

'பகைவன் தூரத்தில் இல்லை; உன் அருகிலேயே இருக்கிறான்.' என்று ஒரு பழமொழி உண்டு. இது யாருக்குப் பொருந்துகிறதோ இல்லையோ, லிங்கனுக்கு மிகவும் பொருந்தும். அமெரிக்காவில் நடந்தது உள்நாட்டு யுத்தம். தெற்குப் பகுதி ஆதரவாளர்கள் வடக்குப் பகுதியிலும், வடக்குப் பகுதி ஆதரவாளர்கள் தெற்குப் பகுதியிலும் இருந்தார்கள். அதனாலேயே உள் பகைவர்களை எதிர்கொள்ள வேண்டியது தவிர்க்க முடியாத ஒரு விஷயமாக ஆகிவிட்டது லிங்கனுக்கு.

சில சமயங்களில் மிக ரகசியமான திட்டங்கள்கூட எதிரி முகாமுக்கு எளிதாகப் போய்ச் சேர்ந்துகொண்டிருந்தன. காரணம், உள் பகைவர்கள்.

தெற்குப் பகுதிக்கு உளவு சொல்லும் ஓர் உளவாளியைக் கஷ்டப்பட்டுக் கைது செய்வார்கள். அந்த ஆளிடம் விசாரணையைக்கூட ஆரம்பித்திருக்க மாட்டார்கள். அதற்குள் கைது செய்யப்பட்டவரின் சார்பில் நீதிமன்றத்தில் 'ஹேபியஸ் கார்பஸ்' மனு போடப்பட்டிருக்கும். ஹேபியஸ் கார்பஸ் போடப்பட்டு விட்டால், சம்பந்தப்பட்ட நபரை நீதிமன்றம் குறிப்பிட்டிருக்கும் அவகாசத்துக்குள், கோர்ட்டில் ஆஜர்படுத்தவேண்டும். உளவாளியிடம் எந்த விஷயத்தையும் வாங்குவதற்கு முன்பாக, அவர் கோர்ட்டில் ஆஜர்படுத்தப்பட்டு, ஜாமீன் வாங்கிக் கொண்டு போய்விடுவார்.

இந்த 'ஹேபியஸ் கார்பஸ்' மிகப்பெரிய தலைவலியாக இருந்தது லிங்கனுக்கு. பார்த்தார். தமது தளபதிகளுக்குச் சிறப்பு அதிகாரங்களை வழங்கினார். 'ஐக்கிய அமெரிக்க ராணுவம் கைது செய்யும் பிரிவினைவாதிகளுக்கு, நீதிமன்றத்தின் இந்த 'ஹேபியஸ் கார்பஸ்' அதிகாரம் பொருந்தாது' என்று சட்டம் கொண்டு வந்தார். 1863-ல் நாடாளுமன்றம் வழங்கிய அதிகாரப்படி, கிட்டத்தட்ட வடக்குப் பகுதியில் இருந்த எல்லா மாநிலங்களிலும் 'ஹேபியஸ் கார்பஸ்' ஆணை ரத்து செய்யப்பட்டது.

என்ன இருந்தாலும் இது மனித உரிமை மீறல் இல்லையா? ஆயிரம் குற்றவாளிகள் விடுவிக்கப்பட்டாலும், ஒரு நிரபராதி தண்டிக்கப்படக் கூடாதில்லையா? அதைத்தானே சட்டமும்

சொல்கிறது? ஹேபியஸ் கார்பஸ் ரத்து செய்யப்பட்டால், ஒரு அப்பாவியைக்கூட, தனக்கு வேண்டாதவன் என்ற காரணத்தை வைத்துக்கொண்டு, இஷ்டப்படி எங்கேயோ கொண்டுபோய், அடைத்து வைக்கும் அதிகாரம் ராணுவத்துக்கு வந்துவிடுமே? இப்படியெல்லாம் குரல்கள் எழுந்தன.

அதற்கேற்றாற்போல், ஸ்டாண்டன் பிரிவினைக்கு ஆதரவளிப் பவர்கள் என்று ஒரு லிஸ்ட்டைப் போட்டு, *13,000* பேரைக் கைது செய்து சிறையில் அடைத்தார். ஜனநாயகக் கட்சியைச் சேர்ந்தவர்களில் பலர் இதற்கு எதிர்ப்புக் குரல் எழுப்பினார்கள். அப்படிக் குரல் எழுப்பியவர்களில் முக்கியமான ஒருவர் கிளமெண்ட் வல்லன்டிகாம் (Clement Vallandigham).

வல்லன்டிகாம், ஸ்டீபன் டக்ளஸின் நண்பர். இந்த ஒரு காரணம் போதாதா, லிங்கனுக்கு எதிராக அவர் குரல் கொடுப்பதற்கு. அவர் மாநிலங்களின் உரிமைக்காகக் குரல் கொடுப்பவர். அதனாலேயே, ஐக்கிய அரசைவிட, தென் மாநிலப் படை களுக்குத்தான் அமெரிக்காவை ஆளும், வழிநடத்தும் அதிகாரம் இருப்பதாக நம்பினார். ராணுவம் சார்பாக வெளியிடப்படுகிற ஒவ்வொரு சட்டத்தையும் எதிர்த்தார். தெற்குப்படைதான் வெற்றிபெறும் என்று பகிரங்கமாக அறிவித்தார்.

'தோல்வி, கடன் சுமை, வரிகள், கல்லறைகள் இவைதான் உங்களுடைய வெற்றிச் சின்னங்கள்' என்று லிங்கனை விட்டு விளாசினார் வல்லன்டிகாம். ஆபிரஹாம் லிங்கன் ஜனாதிபதிப் பதவியிலிருந்து பதவி விலகவேண்டும் என்பது வல்லன்டிகா மின் அறிவுறுத்தல்.

எக்கச்சக்கமாகப் பேசியே மாட்டிக் கொண்டார் வல்லன்டிகாம். *1863*, மே *1*-ம் தேதி ஒரு மேடையில் அவர் லிங்கனை வழக்கம் போல, தாக்கு தாக்கென்று தாக்கினார். இதற்காகவே காத்திருந்த ராணுவம், மே ஐந்தாம் தேதி அவரைக் கைது செய்தது. அவரு டைய ஆதரவாளர்கள் கொதித்தெழுந்தார்கள். குடியரசுக் கட்சிக்குச் சொந்தமான டேடன் ஜர்னல் (Dayton Journal) என்ற பத்திரிகைக்குச் சொந்தமான அலுவலகங்கள் கொளுத்தப் பட்டன. எல்லாவற்றையும் அடக்கினார் லிங்கன்.

வல்லன்டிகாமுக்காகப் போடப்பட்ட ஹேபியஸ் கார்பஸ் மனு, நிராகரிக்கப்பட்டது. ராணுவ நீதிமன்றத்தில் நிறுத்தப்பட்ட வல்லன்டிகாமுக்கு இரண்டாண்டு சிறைத் தண்டனை விதித்தது

நீதிமன்றம். 'தேசத் துரோகம் செய்தார். அரசுக்கு எதிராகப் பேசினார்' என்பது அவர்மேல் போடப்பட்ட குற்றச்சாட்டு.

ஆனால், லிங்கன் பல்வேறு விஷயங்களை யோசித்துப் பார்த்தார். வல்லன்டிகாம் சிறையில் இருந்தாலும், அவருடைய ஆதர வாளர்கள் சும்மா இருக்க மாட்டார்கள். ஏதாவது குடைச்சல் கொடுத்துக் கொண்டுதான் இருப்பார்கள் என்று அவருக்குத் தோன்றியது. எனவே, வல்லன்டிகாமை நாடு கடத்த உத்தர விட்டார். வடக்குப் பகுதியைத் தாண்டி அவர் போய்விட வேண்டும் என்று உத்தரவிட்டார்.

இந்த வல்லன்டிகாம் பெர்முடாவுக்குப் போய், அங்கிருந்து கனடாவுக்குப் பயணம் செய்து, ஓஹியோ மாநிலத்தின் கவர்னராகத் தன்னைத்தானே அறிவித்துக் கொண்டார். பிறகு அரசியலில் பழம் தின்று, கொட்டை போட்டு, தனது ஐம்பதாவது வயதில் எதிர்பாராதவிதமாகத் தன்னைத் தானே சுட்டுக் கொண்டு இறந்து போனார். அது தனிக்கதை.

ஆனால், லிங்கன் தம் அரசுக்கு எதிராக ஒரு குரல் எழுந்ததும், அதை அடக்கி ஒடுக்கியது விமர்சனத்துக்குள்ளானது. சர்ச்சை யைக் கிளப்பியது. 'வெளிப்படையாக அவரைப் பற்றி பேச எல்லோரும் பயப்படுகிறார்கள்' என்றுகூட எதிரிகள் புரளி கிளப்பினார்கள். அதனால்தான் லிங்கன், 'சர்வாதிகாரி' என்று அழைக்கப்பட்டார்.

★

கெட்டிஸ்பர்க் போரில் கிட்டத்தட்ட 6000 பேர் இறந்து போனார்கள். இறந்தவர்களைப் புதைப்பதற்குக் குழிதோண்ட முடியாமல் தாற்காலிகமாக மண்ணைத் தோண்டிப் புதைத்திருந்தார்கள். பிறகு, இறந்த எல்லா வீரர்களின் சடலங்களும் ஒரே இடத்தில் புதைக்கப்பட்டன. அந்தக் கல்லறையை நினைவுச் சின்னமாகப் பராமரிக்க வேண்டும் என்று அரசு தீர்மானித்தது.

1863, நவம்பர் 19-ம் தேதி கெட்டிஸ்பர்க்கில் நடந்த விழாவில் கலந்துகொண்டு லிங்கன் பேசினார். Gettysburg Address என்று போற்றப்படும் லிங்கனின் உருக்கமான உரை அமெரிக்க தேசத்தின் மீதும், மனிதர்கள் மீதும் அவர் கொண்டிருக்கும் அன்பை அழகாக வெளிச்சம்போட்டுக் காட்டியது.

‘எண்பத்தேழு ஆண்டுகளுக்கு முன்னால், நமது முன்னோர்கள் இந்தக் கண்டத்துக்குச் சுதந்தரத்தைக் கருவில் சுமந்து கொண்டிருக்கும் ஒரு புதிய தேசத்தைக் கொண்டுவந்தார்கள். எல்லா மனிதர்களும் சுதந்தரமானவர்களாக உருவாக்கப்பட்டிருக்கிறார்கள் என்ற கொள்கைக்காக, அதை அர்ப்பணித்தார்கள்.

இப்போது நாம் ஒரு பெரிய உள்நாட்டுப் போரில் ஈடுபட்டிருக்கிறோம். அல்லது சுதந்தரத்தைக் கருத்தரித்த, சுதந்தரத்துக்காகத் தன்னை அர்ப்பணித்துக்கொண்ட அந்தத் தேசம், நீண்ட காலம் நிலைத்திருக்க முடியுமா என்ற சோதனையில் இறங்கியிருக்கிறோம். அந்தப் போர் நடக்கும் ஒரு பெரிய போர்க்களத்தில் நாம் கூடியிருக்கிறோம். அந்தத் தேசம் நீடுழி வாழ வேண்டும் என்பதற்காக, தங்களுடைய வாழ்வை அர்ப்பணித்தவர்களுக்கு, அந்தப் போர்க்களத்தின் ஒரு பகுதியை இறுதியாக ஓய்வெடுக்கும் இடமாக அர்ப்பணிப்பதற்காக, நாம் இங்கே வந்திருக்கிறோம். நாம் அப்படிச் செய்வது ஒட்டுமொத்தமாகச் சரியானதும் நியாயமானதும் ஆகும்.

ஆனால், கொஞ்சம் பரந்துபட்ட சிந்தனையில் பார்த்தால், இந்த நிலத்தை நம்மால் அர்ப்பணிக்க முடியாது - நம்மால் புனிதமாக்க முடியாது - நம்மால் பரிசுத்தமாக்க முடியாது. இங்கு போரிட்டு மரணமடைந்தவர்களும் உயிரோடு இருப்பவர்களும் இதைப் புனிதமாக்கியிருக்கிறார்கள். மிக எளிய சக்தியை உடைய நம்மால், அதைக் கூட்டவோ குறைக்கவோ முடியாது. இங்கு நாம் பேசுவதை, உலகம் கொஞ்சம் கவனித்தாலும் கவனிக்கும், நீண்ட காலத்துக்கு அதன் நினைவில் இல்லாமல் போனாலும் போகும். ஆனால், அவர்கள் செய்ததை உலகத்தால் மறக்க முடியாது. இங்கு போரிட்டு மடிந்தவர்கள் செய்து முடிக்காமல் விட்டுப் போன பணியை, செய்து முடிக்க உயிரோடு இருக்கும் நாம் நம்மை அர்ப்பணித்துக்கொள்ளவேண்டும். நமக்கு முன்னால் மீதமிருக்கும் மிகப் பெரிய கடமைக்கு நம்மை அர்ப்பணிப்பதற்காக, நாம் இங்கே கூடியிருக்கிறோம். எந்த லட்சியத்தை அடைவதற்காக அவர்கள் தங்கள் உயிரை இழந்தார்களோ, அந்த லட்சியத்தை நாம் விசுவாசத்துடன் நிறைவேற்றுவோம். அவர்களுடைய உயிர்த் தியாகம் வீண் போகாது என்று நாம் உறுதி ஏற்போம். கடவுளின் அருளால் இந்தத் தேசம், சுதந்தரத்தோடு கூடிய ஒரு புதுப் பிறவியை எடுக்கட்டும். மக்களின், மக்களால், மக்களுக்காக உருவாக்கப்பட்ட அரசாங்கத்தை உலகத்திலிருந்து அழிக்க முடியாது.’

கெட்டிஸ்பர்க், விக்ஸ்பர்க் வெற்றி அமெரிக்க யூனியனுக்குப் புதுத் தெம்பைக் கொடுத்தது. இப்போது கிட்டத்தட்ட மிசிசிபி ஆறு முழுவதும் அமெரிக்க யூனியனின் கைகளில். தென்பகுதி கூட்டமைப்பு மாநிலங்களின் படை, வடக்குக்குப் படை எடுத்து வரவேண்டுமென்றால், அதற்கு மிசிசிபி ஆறு நிச்சயம் மிகப் பெரிய இடைஞ்சலாக இருக்கும். தென்பகுதி மாநிலங்கள் மிசிசிபி ஆறு மூலமாக நடத்தி வந்த வர்த்தகமும் இதனால் பாதித்தது. இப்போது தென்பகுதிப் படைகளால் அமெரிக்க யூனியன் படைகளுடன் நேருக்கு நேர் மோத முடியவில்லை. எனவே, மிசிசிபிக்கு மேற்கே கெரில்லாப் போரில் இறங்கின.

★

ஒவ்வொருவரும் ஒவ்வொரு நியாயம் வைத்திருப்பார்கள். மற்றவர்களுக்குத் தவறாகத் தெரிகிற விஷயம் அவர்களுக்குச் சரியெனப்படும். தனி நபர்கள் மட்டுமல்ல. அரசு இயந்திரங் களும் அதற்கு விதிவிலக்கல்ல.

அரசுத் தரப்பில் மேற்கொள்ளப்படுகிற தவறுகள், சாதாரண அப்பாவி மக்களைச் சமயத்தில் பிழிந்தெடுத்துவிடும். எதிர்ப்புகள் வலுக்கிறபோதுதான், அரசு இயந்திரம் அதைத் தவறு என உணர்ந்துகொள்ளும். அப்படித்தான் லிங்கனின் அரசிலும் நடந்தது.

அப்போது, நாட்டின் அவசரத் தேவைகளில் மிக முக்கியமாக இருந்தது படை வீரர்கள். ராணுவத்துக்கு ஆள்களைச் சேர்ப்பது. ஒரு பக்கம் ஆள்கள் போரில் பலியாகிக் கொண்டே இருக்க, இட்டு நிரப்ப வேண்டுமே! 1863 மார்ச் 3-ம் தேதி கட்டாய ராணுவ சேவை சட்டம் அமலுக்கு வந்தது. இந்தச் சட்டத்தால் அமெரிக்க யூனியனில் இருந்த பாதிப்பேர் கொதித்தெழுந்துவிட்டார்கள். அதற்குக் காரணம் இல்லாமலும் இல்லை.

ஒருவர் ராணுவத்தில் சேருகிறார் என்று வைத்துக் கொள்வோம். அவருக்கு எதனாலோ ராணுவத்தில் வேலை பார்க்கப் பிடிக்க வில்லை. உடனே, 'நான் வீட்டுக்குக் கிளம்பறேன் சார்' என்று சொல்லிவிட்டு, அவர்பாட்டுக்குப் போய்விட முடியாது. அவ ருக்குப் பதிலாக, இன்னொரு ஆளை சேர்த்துவிட்டுத்தான் விலக முடியும் என்றது சட்டம். மாற்று ஆளை ஏற்பாடு செய்ய முடிய வில்லையா? அதனாலென்ன பரவாயில்லை. 300 டாலர்கள் மாற்றுத் தொகையாக (அதாவது அபராதம், நஷ்ட ஈடு மாதிரி)

கொடுத்துவிட்டு, நீங்கள் பாட்டுக்கு வீட்டுக்குப் போய்க் கொண்டே இருக்கலாம் என்றது சட்டம்.

இந்தக் கட்டாய ராணுவ சேவை சட்டத்தில் 46,000 பேர் ராணுவத்தில் சேர்ந்தார்கள். 1,18,000 பேர் மாற்று நபர்களாகப் படையில் சேர்ந்தார்கள். இந்தச் சட்டத்துக்கு சில மாநிலங்கள் எதிர்ப்புத் தெரிவித்தன. பாஸ்டன் (Boston), டிராஸ், நெவார்க் ஆகிய நகரங்களில் கலவரம் வெடித்தது. இந்தக் கலவரங்களை யெல்லாம்கூட, லிங்கனின் அரசு அடக்கி ஒடுக்கிவிட்டாலும், ஒரு கலவரத்தில் கொஞ்சம் ஆடித்தான் போனது.

அது நியூ யார்க் நகரில் நடந்த கலவரம். 1863, ஜூலை 13. படை களுக்கு ஆளெடுக்கும் இடத்தைச் சுற்றி வளைத்தது ஒரு கும்பல். அந்த அலுவலகத்தையே சூறையாடியது. அதோடு, அந்த அலுவலகத்துக்கு அருகே இருந்த நகைக்கடைகள், மளிகைக் கடைகள் எல்லாவற்றிலும் புகுந்து, எல்லாவற்றையும் நாசம் செய்தது இந்தக் கும்பல். நகரில் இனக்கலவரம் வெறியாட்டம் போட்டது. கறுப்பின மக்கள் தாக்கப்பட்டார்கள்.

நியூ யார்க்கில் தொடர்ந்து பல நாள்களாகக் கலவரம். பத்து லட்சம் டாலர்கள் மதிப்புள்ள சொத்துகள் சேதமடைந்தன. இந்தக் கலவரத்தில் இறந்தவர்களின் எண்ணிக்கை 500-லிருந்து 1200 பேர் இருக்கலாம் என்று குத்துமதிப்பாகச் சொன்னார்கள். உண்மையில் அதைவிட அதிகமாகத்தான் இறந்தவர்களின் எண் ணிக்கை இருந்தது. கலவரத்தை அடக்க லிங்கன் ராணுவத்தை அனுப்ப வேண்டியிருந்தது. லிங்கன் நியூ யார்க் நகரில் ஒரே ஒரு மாதம்தான் படைக்கு ஆள் சேர்ப்பதை நிறுத்தி வைத்தார். ஒரு மாதம் கழித்து மறுபடியும் ஆள் சேர்க்கும் வேலையை ஆரம் பித்துவிட்டார். 1863-ம் வருடம் கடைசியில் அமெரிக்க யூனிய னில் நடந்த பொதுத்தேர்தல்களில் முக்கியமான டாபிக் ஆகிவிட் டது கட்டாய ராணுவ சேவைச் சட்டம்.

★

அமெரிக்காவில் லிங்கனைப்போல வேறு எந்த ஜனாதிபதியும் அவ்வளவு சர்ச்சைக்குள்ளானதில்லை. அதேபோல், பேசப் பட்டதும் இல்லை. ஜே மோனாகன் (Jay Monaghan) என்பவர் லிங்கனைப் பற்றி வெளிவந்திருக்கும் நூல்கள், துண்டுப் பிரசுரங்கள் ஆகியவற்றைப் பட்டியலிட்டார். 1939-ம் வருடத் துக்கு முன்பு வரை மட்டும் அப்படி வெளியான பட்டியல்கள்

அடங்கிய புத்தகத்தின் பக்கங்கள் எவ்வளவு தெரியுமா? 1079. இவை வெறும் பக்கங்கள்தான். நூலக அடுக்குகளில் குண்டு குண்டு வால்யூம்களில் எழுதப்பட்ட ஆபிரஹாம் லிங்கனின் வாழ்க்கை வரலாறுப் புத்தகங்கள் ஏராளம்.

லிங்கன் தன் மனத்துக்குச் சரியெனப்படுகிற எதையும் செய்வதற்குத் தயங்க மாட்டார். அதற்கு உதாரணம் ஃபிராங்க்ளின் டபிள்யூ ஸ்மித் (Franklin W. Smith) என்பவர் மீதும் அவரது சகோதரர் மீதும் தொடரப்பட்ட ஒரு வழக்கு, அதில் லிங்கன் எடுத்த முடிவு. ஸ்மித், பாஸ்டனைச் சேர்ந்தவர். ஸ்மித்தும் அவருடைய சகோதரரும் ராணுவ நீதிமன்றத்தால் கைது செய்யப்பட்டு, பல மாதங்களாகச் சிறை வைக்கப்பட்டிருந்தார்கள். அரசாங்கப் பணத்தை மோசடி செய்துவிட்டார்கள் என்பது வழக்கு. இந்த வழக்கு லிங்கனின் பார்வைக்கு வந்தது.

லிங்கன் எல்லாத் தகவல்களையும் மிக ஆழமாகப் படித்தார். சம்பந்தப்பட்ட எல்லோரையும் விசாரித்தார். இறுதியாக, ஃபிராங்க்ளின் ஸ்மித்தும் அவருடைய சகோதரரும் நிரபராதிகள் என்ற முடிவுக்கு வந்தார். இந்த முடிவுக்கு வந்ததும் அவர் தயங்கவோ, யாரைப் பற்றியும் பயப்படவோ இல்லை. ஒரு ஆணையைப் பிறப்பித்தார்.

‘மேற்குறிப்பிட்ட ஃபிராங்க்ளின் டபிள்யூ ஸ்மித், கப்பல்படைத் துறையுடன் ஒண்ணேகால் மில்லியன் டாலர் அளவுக்கான தொகைக்குத் தொழில்ரீதியான நடவடிக்கையில் ஈடுபட்டிருக்கிறார். அந்த நடவடிக்கையின்போது, கால் மில்லியன் டாலர் தொகையைத் திருடுவதற்கு அவருக்கு வாய்ப்பு இருந்திருக்கிறது. ஆனால், அவர் திருடவில்லை. 2200 டாலர்களைத் திருடிவிட்டார் என்றுதான் அவர்மீது குற்றம் சுமத்தப்பட்டிருக்கிறது. அவர் திருடியிருப்பார் என்பதை என்னால் நம்ப முடியவில்லை. இதன்மூலம் அவர் மீது சுமத்தப்பட்டிருக்கும் குற்றச்சாட்டு ஆதாரமற்றது என்பது தெளிவாகிறது. எனவே, இந்த வழக்கைத் தள்ளுபடி செய்து, அவர்கள் இருவரையும் விடுவிக்க வேண்டும் என்று ஆணையிடுகிறேன்.’

பொதுவாழ்க்கை எவ்வளவு துன்பமானது என்பது அனுபவப்பட்டவர்களுக்குத்தான் தெரியும். பொதுவாழ்க்கையில் ஈடுபட்டவர்களை மட்டுமல்லாது அவர்களுடைய குடும்பத்தையும் சந்திக்கு இழுத்துவிடுவார்கள் சில விஷமக்காரர்கள். விமரிசனங்கள் சம்பந்தப்பட்டவர்கள் மேல் மட்டும் பாயாமல்,

குடும்பத்தில் இருப்பவர்களையும் குறிவைக்கும்போது, எல்லோருமே துடித்துத்தான் போவார்கள். லிங்கன் விஷயத்திலும் இதுதான் நடந்தது.

லிங்கன் ஜனாதிபதியாக இருந்தபோது, அவருடைய ஓர் ஆண்டு ஊதியம் 25,000 டாலர்கள். இருந்தாலும் எளிமையாகவே இருப்பார் லிங்கன். ஆனால் மேரி டாட் ஆடம்பரப்பிரியை. அவர் வெள்ளை மாளிகைக்கு வந்ததும் செய்த முதல்வேலை, வெள்ளை மாளிகையைப் புதுப்பித்தது. நியூ யார்க்குக்குப் போனார். புத்தம்புது மேஜை, நாற்காலிகள், தரை விரிப்புகள், அலங்காரப் பொருள்களை வாங்கி வந்தார். வெள்ளை மாளிகையை அலங்கரித்தார்.

விடுவார்களா எதிரிகள்? விமர்சனக் கணைகள் பறந்தன. 'வெள்ளை மாளிகையை அலங்கரிக்க, மக்கள் வரிப்பணத்தை தண்ணியாகச் செலவழிக்கிறார் லிங்கனின் மனைவி' என்று வரிந்துகட்டிக்கொண்டு, பக்கம்பக்கமாக எழுதித் தீர்த்தன எதிர்க்கட்சிப் பத்திரிகைகள். அதேபோல், மேரி தமது பெர்சனல் ஷாப்பிங் செலவுகளுக்கு, பொதுப் பணத்தில் கை வைக்கிறார் என்றும் பேச்சு எழுந்தது. எதற்கும் கலங்கவில்லை லிங்கன். அவருக்கென்ன மடியில் கனம் இருந்தால்தானே வழியில் பயப்படவேண்டும்? ஆனால், ஜனாதிபதியான பிறகும்கூட மேரி டாட் லிங்கனுக்குத் தலைவலியாகத்தான் இருந்தார் என்பது உண்மை தான்.

உள்நாட்டுப் போரில் லிங்கன் கிட்டத்தட்ட நிம்மதியை இழந் திருந்தார் என்றுதான் சொல்ல வேண்டும். கறுப்பின மக்கள், அடிமைத் தளையிலிருந்து விடுதலை பெற வேண்டும் என்பது லிங்கனின் ஆசை, லட்சியம். அதற்கு விலையாகக் கிடைத்தது தான் உள்நாட்டுப் போர். தேசம் இரண்டாக உடைந்து விழுந் தாலும் எப்படியாவது ஒட்டிவிடலாம் என்ற நம்பிக்கை லிங்க னுக்கு இருந்தது. அந்த நம்பிக்கையோடுதான் தெற்குப் படை களுக்குப் பதிலடி கொடுத்துக் கொண்டிருந்தார். அப்போதுதான் அந்த வதந்தி எழுந்தது.

'மேரி டாட் லிங்கன் தெற்குப் பகுதிப் படைகளின் ஆதரவாளர். ஆதரவாளர் மட்டுமல்ல. அவர் ஓர் உளவாளி. வெள்ளை மாளிகையில் இருந்துகொண்டே எதிரிகளுக்கு நம் தேசத்தைக் காட்டிக் கொடுக்க முயற்சி செய்பவர்.'

இப்படி ஒரு வதந்தி பரவியதும் துடித்துப் போனார் லிங்கன். மேரி டாட் மேல் இப்படி ஓர் அவதூறு எழுவதற்குக் காரணம் இல்லாமலும் இல்லை. மேரியின் பல முக்கியமான உறவினர்கள் தெற்குப் படைக்கு ஆதரவாகப் போரிட்டுக் கொண்டிருந்தார்கள். உள்நாட்டுப் போரில் தெற்குப் படைக்கு ஆதரவாகக் களத்தில் இறங்கி, சண்டை போட்டு, மேரியின் மூன்று சகோதரர்கள் இறந்துபோயிருந்தார்கள். இவையெல்லாம் மேரியின் மீது அவதூறைப் பரப்பிவிடக் காரணமாக இருந்தன. இந்த வதந்தியில் முதலில் கலங்கினாலும் லிங்கன் அசரவில்லை. அவருக்கு மேரி டாடை நன்றாகத் தெரியும். மேரி ஆடம்பரமாக, டாம்பீகத்தோடு வாழ விரும்புவாரே தவிர, தெற்குப் படைகளோடு உறவு வைத்துக் கொள்கிற அளவுக்கு இறங்கிப் போகமாட்டார் என்பதை லிங்கன் அறிந்திருந்தார்.

ஒரு கட்டத்தில் நாடாளுமன்ற ஆய்வுக் குழு விவாதிக்கும் அளவுக்கு இந்த விஷயம் போய்விட்டது. அதற்கு மேல் லிங்கனால் பொறுக்க முடியவில்லை. இதற்கு முடிவுகட்ட என்ன செய்யலாம் என்று யோசித்தார். இந்தப் பிரச்னையை முடிவுக்குக் கொண்டுவர மேரி டாடால் மட்டும்தான் முடியும் என்பது தெளிவாகத் தெரிந்தது. மேரியிடம் பேசினார். மேரியும் பிரச்னையின் தீவிரத்தை உணர்ந்து கொண்டார். உதவ முன் வந்தார்.

அமெரிக்க உள்நாட்டின்போது, போர் நடவடிக்கைகளை கண்காணிக்கவும், உடனுக்குடன் நடவடிக்கைகளை எடுக்கவும் ஒரு குழு (Joint Committee on the conduct of the war) ஏற்படுத்தப் பட்டிருந்தது. ஒரு நாள் எந்தவித முன்னறிவிப்பும் இல்லாமல் அந்த ஆய்வுக்குழுவுக்கு வருகை தந்தார் மேரி டாட். அமெரிக்க ஐக்கியப் படைகளுக்கு எதிராக எந்தச் சூழ்நிலையிலும் தம்மால் செயல்பட முடியாது என்பதைத் தெளிவுபடுத்தினார். அந்தக் குழுவைச் சேர்ந்தவர்கள் மாறிமாறிக் கேட்டக் கேள்விகளுக்குப் பொறுமையாகப் பதில் சொன்னார். அதோடு நின்றுவிடவில்லை மேரி.

உள்நாட்டுப் போரில் காயமடைந்த வீரர்களைத் தேடிக் கொண்டு ஆஸ்பத்திரி ஆஸ்பத்திரியாக ஏறி இறங்கினார். அந்த அமெரிக்க ஐக்கியப் படை வீரர்களுக்கு ஆறுதல் சொன்னார். காயம்பட்டுக் கிடக்கிறவர்களுக்குத் தங்களைத் தேடிவருகிற மனிதர்கள்தானே

ஆறுதல், நிம்மதி? அதை மேரி டாடை வைத்து மிகச் சரியாகச் செய்தார் லிங்கன். காயமடைந்த ஐக்கியப் படை வீரர்களைத் தேடிக்கொண்டு மேரி டாட் போன செய்தி பரவப் பரவ, அவரைப் பற்றிய வதந்திகளும் காணாமல் போயின.

சில சமயங்களில் நிர்வாகத்திலும் மூக்கை நுழைப்பார் மேரி டாட். அந்தச் சந்தர்ப்பங்களில் தம்மைக் கட்டுப்படுத்திக்கொள்வார் லிங்கன். மிக நாசூக்காக மேரியின் யோசனை எப்படித் தவறு என்று சுட்டிக் காட்டுவார். நல்ல யோசனையாக இருந்தால் ஏற்றுக் கொள்ளவும் தயங்க மாட்டார்.

மேரி டாடின் சுபாவமும் சில சமயங்களில் தர்மசங்கடமான சூழ்நிலைக்கு லிங்கனைக் கொண்டு போய்த் தள்ளியது. மேரி டாட் அரசு அதிகாரிகளையோ, மந்திரிகளையோ மதிக்க மாட் டார். யாராயிருந்தாலும் சட்டென்று எடுத்தெறிந்து பேசிவிடு வார். சீவர்ட், ஸ்டேண்டன் போன்றவர்களைக்கூட மேரி டாட் விட்டுவைக்கவில்லை. ஆனால், மேரியின் சுபாவமறிந்து அவர்கள் பொறுத்துப் போனார்கள், லிங்கனுக்காகத் தாங்கிக் கொண்டார்கள்.

★

ஸ்பிரிங்ஃபீல்டிலிருந்து ஒரு பழைய நண்பர் லிங்கனைப் பார்க்க வெள்ளை மாளிகைக்கு வந்திருந்தார். அறை வாசலுக்கே வந்து அவரைக் கையைப் பிடித்து அழைத்துப் போனார் லிங்கன்.

அந்த நண்பர் தன் இருக்கையில் அமருவதற்கு முன், ‘வணக்கம் மிஸ்டர் பிரஸிடெண்ட்!’ என்றார்.

லிங்கன் அவரை ஒரு கணம் உற்றுப் பார்த்தார்.

‘ஸ்பிரிங்ஃபீல்டில் இருந்தபோது நீங்கள் என்னை எப்படி? அழைப்பீர்கள்?’

அந்த நண்பர் தயக்கத்தோடு சொன்னார். ‘ஏப்! இல்லைன்னா லிங்கன்னு கூப்பிடுவேன்.’

‘பிறகு இப்போது மட்டும் ஏன் என்னை ‘மிஸ்டர் பிரஸி டெண்ட்’ என்று கூப்பிடுகிறீர்கள்? எப்போதும்போல ‘லிங்கன்’ என்றே கூப்பிடுங்கள். அப்படிக் கூப்பிடுவதுதான் எனக்குப் பிடிக்கும்.’

வில்லி வாலஸ் லிங்கன் (Willie Wallace Lincoln). ஆபிரஹாம் லிங்கனின் மூன்றாவது குழந்தை. லிங்கன் எல்லாக் குழந்தைகள் மீதும் பாசம் வைத்திருந்தாலும் வில்லியின் மீது கூடுதல் வாஞ்சை அவருக்கு. மேரி டாடின் சகோதரிகளில் ஒருவரான ஃபிரான்ஸிஸ் என்பவரை மணந்தவரின் பெயர் வில்லி வாலஸ். அந்தப் பெயரைத்தான் குழந்தைக்கு வைத்திருந்தார்கள்.

வில்லி, கிட்டத்தட்ட ஆபிரஹாம் லிங்கனைப் போலவே இருந்தான். உருவம், நடையுடை பாவனை எல்லாமே லிங்கனை ஒத்திருந்தது. அப்பாவைப் போலவே வில்லிக்கும் படிப்பது மிகவும் பிடிக்கும். வில்லிக்குக் கவிதை எழுதுவதிலும் படம் வரைவதிலும் ஆர்வம் இருந்தது. கணக்கில் புலி.

1859-ல் லிங்கன் சிகாகோவுக்குப் போனபோது, வில்லியை மட்டும் உடன் அழைத்துப் போயிருந்தார். அந்தப் பயணம் வில்லிக்கு மறக்க முடியாத ஓர் அனுபவம். அந்தப் பயணத்தைப் பற்றி தன் நண்பன் ஹென்றி ரெமாணுக்குக் (Henry Remann) கடிதம்கூட எழுதியிருக்கிறான் வில்லி.

லிங்கன் வெள்ளை மாளிகையில் குடியேறியபோது, வில்லிக்கும் அவனுடைய தம்பி டாடுக்கும் அந்தப் புதுச் சூழல் மிகவும் பிடித் திருந்தது. வெள்ளை மாளிகையில் இருந்த ஆடுகள், நாய்கள், எலிகள், குதிரைகள் எல்லாவற்றுடனும் அவர்களுடைய பொழுது இன்பமாகக் கழியும். அந்தச் சமயத்தில் சிறுவர்கள் மத்தியிலும் போர் தொடர்பான விளையாட்டுகள்தான் பிரபலமாக இருந்தன. வெள்ளை மாளிகையின் மொட்டை மாடியில் சிறிய பொம்மைக் கோட்டையைக் கட்டி, வில்லி விளையாடுவான்.

லிங்கன் போர் முனைக்குச் செல்லும்போதெல்லாம் வில்லியும் கூடவருவதாக அடம்பிடிப்பான். சில சந்தர்ப்பங்களில் லிங்க னும் அழைத்துப் போவார். அதேபோல, மருத்துவமனைகளில் இருக்கும் வீரர்களைப் பார்வையிடுவதற்காக, மேரி டாட் போகும்போது உடன் போவான். மேரி டாட் கொண்டுபோகும் பழங்கள், புத்தகங்கள், பேப்பர்கள் ஆகியவற்றைத் தூக்க வில்லிக்கும் டாடுக்கும் இடையே சண்டை நடக்கும். பெரும் பாலும் வில்லிதான் அதில் ஜெயிப்பான்.

லிங்கன் தம் இரு பையன்களும் படிப்பதற்குத் தனியாக ஒரு ஆசிரி யரை ஏற்பாடு செய்தார். தன் வயதுக்கு மீறிய முதிர்ச்சியோடு இருந்தான் வில்லி. பாடங்களைப் பார்த்தாலே டாட் வெறுத்து

ஒதுங்க, வில்லி விருப்பத்தோடு பாடங்களைப் படித்தான். வில்லிக்குப் பிரமாதமான எதிர்காலம் இருக்கிறது என்று லிங்கன் நம்பினார்.

அப்போதுதான் அது நடந்தது. வில்லிக்குத் திடீரென்று உடல் நலக் குறைவு ஏற்பட்டது. ஒவ்வொரு நாளும் ஒரு மாதிரியான உடல் நிலை. வெறும் ஜுரமாகத் தெரிந்தது நாளாக ஆக, அதிகமாகிக் கொண்டே போனது. மருத்துவர்கள் டைபாய்டு ஜுரம் என்றார்கள். மிகவும் சோர்ந்து போய், பலவீனமாகப் படுக்கையிலேயே கிடந்தான் வில்லி. இறுதியாக ஒரு வியாழக் கிழமை, 1862, பிப்ரவரி 20-ம் தேதி வில்லி இறந்துபோனான். வெறும் பதினொரு வயது. அந்த இழப்பை யாரால் தாங்கிக் கொள்ள முடியும்?

ஒரு பக்கம் சோதனைமேல் சோதனையாக உள்நாட்டுப் போர், நிர்வாகச் சிக்கல்கள் என லிங்கன் போராடிக்கொண்டு இருந்த போதுதான், வில்லியின் மரணம் நடந்தது. துடித்து அழுதார் லிங்கன். பிறகு மெதுவாகத் தன்னைத் தானே சமாதானப்படுத்திக் கொண்டார்.

‘பாவம்! அவன் இந்த பூமிக்கு மிகவும் நல்லவனாக இருந்தான். கடவுள் அவனைத் தன் வீட்டுக்கு அழைத்துக்கொண்டார். அவன் சொர்க்கத்தில் மகிழ்ச்சியாக இருப்பான் எப்பது எனக்குத் தெரியும். நாங்கள் அவனை மிகவும் விரும்பினோம். அவனுடைய இறப்பைத் தாங்கிக்கொள்வது என்பது கடினத்திலும் கடினம்’ என்று சொன்னார் லிங்கன்.

★

1863-ம் வருடம், நவம்பர் 26-ம் தேதி போர்க்களத்திலிருந்து வந்த செய்தியில் மிகவும் உற்சாகமாகிவிட்டார் லிங்கன்.

‘டென்னஸியிலில் சட்டனூக்காவுக்கருகே (Chattanooga) இருக்கும் மிஷனரி ரிட்ஜ் (Missionary Ridge) என்ற மலை உச்சியில் இருந்த எதிரிப் படைகளைத் தாக்கி நம் படைகள் வெற்றி பெற்று விட்டன.’

போரில் மலை உச்சியில் ஏறி வெற்றிக் கொடி நாட்டுவது என்பது சாதாரண விஷயமல்ல. 13,000 அமெரிக்க யூனியன் வீரர்கள் அந்தச் சாதனையைச் செய்திருந்தார்கள். உள்நாட்டுப் போரில்

தென்பகுதி கூட்டு மாநிலப் படைகள் தோற்று ஓட ஆரம்பித் திருந்தன.

அதே ஆண்டு நவம்பர் 27-ம் தேதி தளபதி கிராண்டிடம் இருந்து இன்னொரு மகிழ்ச்சியான செய்தி லிங்கனுக்கு வந்து சேர்ந்தது.

'எதிரிகளின் படைகள் முழுமையாக வீழ்த்தப்பட்டன. ரெட் கிளே வரை நமது படைகள் பின் தொடர்ந்து தாக்க இருக்கிறது.'

டிசம்பர் 7-ம் தேதி இன்னொரு மகிழ்ச்சியான செய்தி லிங்கனுக்கு வந்து சேர்ந்தது.

'எதிரிப் படைகள் வர்ஜீனியாவை நோக்கிப் பின்வாங்குகின்றன.'

கிட்டத்தட்ட உள்நாட்டுப் போரில் வெற்றிபெற்றுவிடலாம் என்று லிங்கன் நினைத்துக் கொண்டிருக்கும்போது, அது வந்தது. ஜனாதிபதித் தேர்தல்.

அதுவரை அமெரிக்காவில் ஜனாதிபதிப் பதவி வகித்த அத்தனை பேருமே (ஆண்ட்ரூ ஜாக்சனைத் தவிர) ஒரு முறைதான் ஜனாதிபதிப் பதவி வகித்திருந்தார்கள். ஆனால், இரண்டாவது முறையும் தாம் ஜனாதிபதியாகத் தேர்ந்தெடுக்கப்பட்டால், நன்றாக இருக்கும் என்று லிங்கன் நினைத்தார். அதற்குக் காரணங் களும் இருந்தன. 'உள்நாட்டுப் போர் முடிவுக்கு வரவேண்டும். அமைதியை நிலை நாட்ட வேண்டும். தென் மாநிலங்களை ஒழுங்குபடுத்தி, அமெரிக்க யூனியனுடன் இணைக்கவேண்டும். எல்லாவற்றுக்கும் மேல் நாட்டின் பொருளாதாரத்தையும் தொழில்வளத்தையும் மேம்படுத்த வேண்டியிருக்கிறது.'

ஆனால், சாதாரண மக்களுக்கு லிங்கன் மேல் இருந்த நம்பிக்கை அரசியல்வாதிகளுக்கு இல்லை. லிங்கனிடம் நிதித் துறைச் செய லாளராக இருந்த சேஸுக்கு (Salmon P. Chase) ஓர் ஆசை இருந்தது. ஜனாதிபதியாக வேண்டும் என்ற ஆசை. ஜனநாயகக் கட்சி சார்பாகத் தேர்தலில் நின்று எப்படியாவது ஜனாதிபதி நாற் காலியைப் பிடித்துவிடவேண்டும் என்று ஆசைப்பட்டார். தற்போதைய நாட்டுச் சூழலில் ஜனாதிபதியாகப் பதவி வகிப்ப தற்குத் தனக்குத் தான் தகுதி அதிகம் என்று நினைத்தார் சேஸ். அதற்காக அவருக்குச் சிலர் உதவி செய்யக்கூட முன்வந்தார்கள். கான்சாஸ் மாநில செனட்டராக இருந்த பொமராய் (Samuel Clarke Pomeroy) அட்டகாசமாக ஒரு திட்டம் போட்டார்.

ஒரு ரகசிய சுற்றறிக்கையை எழுதித் தனக்குத் தெரிந்தவர்களுக்கெல்லாம் அனுப்பி வைத்தார். 'ஐயா! உள்நாட்டுப் போர் நடந்துவரும் இந்தச் சூழலில், சேஸ்தான் ஜனாதிபதியாக இருக்கப் பொருத்தமானவர், தகுதியானவர். அவருக்கே ஆதரவு கொடுங்கள்...' இப்படி. சேஸின் வெற்றிக்குப் பாடுபட ஒரு அமைப்புக் கூட ஏற்படுத்தப்பட்டது. அந்த அமைப்புக்கு எல்லா மாநிலங்களிலும் கிளைகள் வேறு. இந்த விஷயம் லிங்கனின் காதுக்குப் போனது. லிங்கன் அதைக் கண்டுகொள்ளாமல் இருந்தார். அவரைப் பொறுத்தவரை, சேஸ் அவர் பார்க்கிற நிதித்துறை வேலையை ஒழுங்காகச் செய்தால் போதும்.

கூடிய விரைவில் அந்த ரகசிய சுற்றறிக்கைக் கடிதம் லிங்கனுக்கு மட்டுமல்லாமல் உலகத்துக்கே தெரிந்த விஷயமாக ஆகி விட்டது. 'நேஷனல் இண்ட்டலிஜென்சர்' என்ற பத்திரிகை ஸ்பெஷலாக, கட்டம்கட்டி அந்த முழுக் (ரகசிய!) கடிதத்தையும் வெளியிட்டது. நொந்துபோனார் சேஸ். லிங்கனிடம் வந்தார்.

'எனக்கும் இந்தக் கடிதத்துக்கும் எந்தச் சம்பந்தமும் இல்லை' என்று தத்துப்பித்தென்று உளறிக் கொட்டினார். சடாரென்று ஒரு கடிதத்தை எடுத்து நீட்டினார். அவருடைய ராஜினாமாக் கடிதம். லிங்கன் உடனே அந்த ராஜினாமாவை ஏற்கவில்லை.

'இப்போது இதற்கு எந்த அவசியமும் இல்லை' என்று சொல்லி விட்டார்.

ஆனால் தேர்தலில், சேஸ் தன் சொந்த மாநிலத்திலேயே மக்களின் ஆதரவை இழந்தார். அது ஒரு தனிக்கதை.

குடியரசுக்கட்சியின் தேசியமாநாடு பால்டிமூரில் கூடியது. இந்த முறை லிங்கன் மறுபடியும் ஜனாதிபதித் தேர்தலில் வேட்பாளராகத் தேர்ந்தெடுக்கப்படுவாரா, மாட்டாரா என்ற கேள்வி எல்லோரையும் பிடித்திருந்தது. இவ்வளவு சிக்கலான சூழ்நிலையில் அதுவரை எந்த ஜனாதிபதியும் மாட்டிக் கொண்டதில்லை. இதில் இரண்டாவது முறையும் அவர் வேட்பாளராகத் தேர்ந்தெடுக்கப்பட்டால், அது உலக அதிசயம்தான். ஆனால் அந்த அதிசயம் நடக்கத்தான் செய்தது. லிங்கனையே ஜனாதிபதி வேட்பாளராக, அதுவும் ஒரு மனதாகத் தேர்ந்தெடுத்தது அந்த மாநாடு. அந்த மாநாட்டுக்குப் பிறகு, சேஸ் தன் நிதிச் செயலர் பதவியை ராஜினாமா செய்தார்.

அடுத்த ஜனாதிபதித் தேர்தலில் மக்கள் தம்மைத் தேர்ந்தெடுப்பார்கள் என்று லிங்கன் முழுமையாக நம்பவில்லை. சில சமயங்களில் தனியாக அமர்ந்து வரப்போகும் தோல்விக்குத் தன்னைத் தானே தயார்ப்படுத்திக்கொள்வார். ஒரு பேப்பரை எடுப்பார். இப்படி எழுதுவார்: 'ஒருவேளை நான் ஜனாதிபதியாகத் தேர்ந்தெடுக்கப்படாமல் போகலாம். அப்படி ஒரு சூழ்நிலையில் புதிய ஜனாதிபதித் தேர்தலுக்கும் பதவியேற்புக்கும் இடைப்பட்ட காலத்தில், நாட்டைக் காப்பாற்றப் புதிய தலைவருடன் ஒத்துழைக்க வேண்டியது என் கடமை.'

அதேபோல, குடியரசுக் கட்சியின் தேசியக்குழுவின் செயற்குழுக் கூட்டத்தில் ரேமாண்ட் (Raymond) என்பவர் போர் நிறுத்தத் திட்டம் ஒன்றை அறிவித்தார். அவரது திட்டப்படி, 'அமைதிக் குழு ஒன்று தென்மாநிலத்தில் இருக்கும் ரிச்மாண்ட் நகருக்குச் செல்ல வேண்டும். தென்மாநிலக் கூட்டுப் படைகளின் ஜனாதிபதி ஜெஃபர்சன் டேவிஸை சந்தித்துப் போரை நிறுத்த உடன்படிக்கை செய்துகொள்ள வேண்டும். உடன்படிக்கைப் படி, தென்மாநிலங்களின் அரசு, அமெரிக்க யூனியன் அரசுக்கு விசுவாசமாக இருக்க வேண்டும். மற்ற விவகாரங்களை இரண்டு அரசாங்கங்களும் பேசித் தீர்த்துக் கொள்ளலாம்.'

எப்படி இருக்கிறது கதை? இத்தனைக் காலம் நடந்த போருக்கும், உயிரிழப்புகளுக்கும் என்ன பதில்? ஆனால், அந்தச் சமயத்தில்கூட லிங்கன் அமைதியாக, மென்மையாகப் பதில் சொன்னார்: 'ரேமாண்டின் திட்டத்தைச் செயல்படுத்துவது என்பது, தென்பகுதிப் படைகளிடம் தோற்றுப் போவதைவிட அசிங்கமானது. போரின் முடிவு என்ன என்று தெரிவதற்கு முன்னாலேயே, நாம் சரணடைவதற்குச் சமம்.'

குடியரசுக் கட்சியின் ஜனாதிபதி வேட்பாளர் லிங்கன். ஜனநாயகக் கட்சியின் ஜனாதிபதி வேட்பாளர் யார் என்று முடிவு செய்ய வேண்டுமல்லவா? 1860-ல் லிங்கனை ஜனாதிபதி வேட்பாளராகத் தேர்ந்தெடுத்த அதே சிகாகோ மண்டபத்தில் ஜனநாயகக் கட்சி மாநாடு கூடியது. பொடொமெக் ராணுவப்பிரிவுக்குத் தளபதியாக இருந்த மெக்கல்லன் (அதே அடாவடி ஆசாமிதான்) ஜனாதிபதி வேட்பாளராகத் தேர்ந்தெடுக்கப்பட்டார்.

இந்த மாநாடுகள் முடிந்த அதேசமயத்தில், போர் முனைகளில் இருந்து உற்சாகமான தகவல்கள் வந்துகொண்டிருந்தன. தளபதி

ஷெர்மான் (William T. Sherman) அட்லாண்டாவைக் கைப்பற்றினார். அப்படியே படைகளை கரோலினாவுக்கு அனுப்பி அங்கும் தென்பகுதிக் கூட்டு மாநிலப் படைகளை துவம்சம் செய்தார்.

போர்முனையில் கிடைத்த வெற்றிகளால், லிங்கனின் எதிரிகள் கூட நண்பர்களாக ஆனார்கள். அதேசமயம், லிங்கனின் மேல் அவதூறுப் பிரசாரங்களும் ஒரு பக்கம் நடந்துகொண்டுதான் இருந்தன.

'எல்லாப் படைவீரர்களும் தங்களுடைய ஊதியத்தைப் பணமாக வாங்கும்போது, லிங்கன்மட்டும் தங்கமாக வாங்குகிறாரா ஏன்? எதற்கு?' இப்படி ஓர் அவதூறுப் பிரசாரத்தைச் செய்தன ஜனநாயகக் கட்சியைச் சேர்ந்த பத்திரிகைகள். இந்த அவதூறு, லிங்கனின் காதிலும் விழுந்தது.

ஒரு நாள் லிங்கன் நிதித் துறைக்குப் போனார். அவருடைய கையில் ஒரு பெட்டி. அப்போது நிதித்துறைச் செயலாளராக இருந்த சேஸின் மேடையில், அந்தப் பெட்டியைக் கவிழ்த்தார். அதில் இருந்தவைதான் லிங்கனின் சொத்துகள். கொஞ்சம் கரன்ஸி நோட்டுகள், கொஞ்சம் தங்கம், ஊதியப்பத்திரம் அவ்வளவுதான் அந்தப் பெட்டியில் இருந்தன. எல்லாவற்றையும் கூட்டினால் அவற்றின் மதிப்பு, 55,398 டாலர்களும் 37 சென்ட்டுகளும் இருந்தன. ஜனாதிபதிப் பதவி வகித்த வருடங்களில் அவருடைய சொத்து மதிப்பே அவ்வளவுதான்.

சேஸ் யோசனையோடு லிங்கனையே பார்த்துக் கொண்டிருந்தார்.

'என்ன பாக்கறீங்க? இதுதான் என்னோட கையிருப்பு, சொத்து. இதை அப்படியே அரசுக் கடன் பத்திரத்துல இன்வெஸ்ட் பண்ணிடுங்க' என்று சொல்லிவிட்டு லிங்கன் போய்விட்டார்.

★

1864, ஜனாதிபதித் தேர்தலில் லிங்கன் வெற்றி பெற்றார். இந்த வெற்றி அவர்மேல் மக்களுக்கு இருந்த நம்பிக்கையையும் அன்பையும் வெளிச்சம்போட்டுக் காட்டியது. அமெரிக்காவில் நிலவும் ஜனாதிபதித் தேர்தல் வாக்குமுறைப்படி லிங்கன் 212 வாக்குகளும் அவரை எதிர்த்துப் போட்டியிட்ட மெக்கல்லன் 21 வாக்குகளும் பெற்றிருந்தனர். கென்டகி, டிலேவர் மற்றும் நியூ

ஜெர்ஸி தவிர, மற்ற மாநிலங்களில் லிங்கன் பெரும்பான்மை வாக்குகளைப் பெற்றிருந்தார்.

ஜனாதிபதித் தேர்தலில் லிங்கனுக்கு வெற்றி ஒரு பக்கம் என்றால், இன்னொரு பக்கம் போர் முனையிலும் வெற்றி அவரைத் தேடி ஓடி வந்து கொண்டிருந்தது. தளபதி ஷெர்மான் தென்பகுதிக் குள்ளேயே நுழைந்து ஒரு பெரிய போரை நடத்தினார். சவன்னாவைக் (Savannah) கைப்பற்றினார். மற்றொருபுறம், நாஷ்வில்லி என்ற இடத்தில் தளபதி தாமஸ் தெற்குப் படைகளை சின்னாப்பின்னப்படுத்திக் கொண்டிருந்தார். 1865, ஜனவர் 15-ம் தேதி 60 கப்பல்களுடன் கிளம்பிய அமெரிக்க யூனியன் படை, ஃபிஷர் கோட்டையைக் (Fort Fisher) கைப்பற்றியவுடனேயே அமெரிக்க உள்நாட்டுப் போரில் அமெரிக்க யூனியன் படையின் வெற்றி உறுதி செய்யப்பட்டுவிட்டது.

அதேசமயம், தென்பகுதி மாநிலங்களின் கூட்டமைப்புப் படை யின் தளபதி லீ தோல்வியின் கடைசிப்பகுதிக்கு வந்துவிட்டார். இத்தனை நாள்கள் நடந்திருந்த போரின் இறுதிப் பகுதியில் அவர் பலபிரச்னைகளைச் சமாளிக்கவேண்டியிருந்தது. படைவீரர்கள் மத்தியில் சலிப்பு சம்மணம் போட்டு உட்கார்ந்திருந்தது. காரணம், போதிய உணவு கிடைக்கவில்லை. சரியான சாப்பாடு இல்லாமல் எப்படிச் சண்டை போடுவதாம்? வீரர்கள் சந்தர்ப்பம் கிடைக்கும்போதெல்லாம், படை முகாமை விட்டு ஓடத் தொடங்கியிருந்தார்கள்.

அதேசமயம் லீக்கு இன்னொரு தலைவலியும் வந்து சேர்ந்தது. ஒரு மாநிலத்தில் அமெரிக்க யூனியன் படைகள் தாக்க வரு கின்றன என்று தெரிந்தால் போதும், அந்த மாநில ஆளுநர்கள் உஷாராகிவிடுவார்கள். தங்கள் படைகளை லீயின் படைக்கு உதவியாக அனுப்பமாட்டார்கள். எதற்கு வீண் வம்பு என்று ஒதுங்கிக் கொண்டார்கள். அப்போது, ஜார்ஜியா மாநிலத்தின் ஆளுநராக இருந்த ஜோசப் பிரவுன், தன்னுடைய மாநில எல்லைக்குள் தென்னக அரசு தலையிடுவதை வெளிப்படை யாகவே எதிர்த்தார். இவையெல்லாம் போதாதென்று, அப்போது ஒரு புதுக் குரல் ஒன்று வடக்கு கரோலினாவில் எழுந்து கொண்டிருந்தது. 'போர் வேண்டாம். அமைதி வேண்டும்' என்றது அந்தக் குரல். இந்தக் குரல், அலபாமா, அர்கான்சாஸ் மாநிலங்களிலும் ஒலிக்கத் தொடங்கியிருந்தது.

இதற்கிடையில் லிங்கனைக் கடத்தக்கூட ஒரு முயற்சியை செய்துபார்த்தது தென்னக அரசாங்கம். லிங்கனைப் பிணைக் கைதியாக்கிப் பேரம் பேசலாம் என்பது திட்டம். ஆனால் அந்த முயற்சி, தோல்வியில் முடிந்தது. லிங்கன் 1865, மார்ச் 4-ம் தேதி இரண்டாவது முறையாக ஜனாதிபதியாகப் பதவிப் பிரமாணம் எடுத்துக் கொண்டார்.

★

ஒரு நாட்டின் ஜனாதிபதி நினைத்தால் என்ன செய்ய முடியும்?

'என்ன வேண்டுமானாலும் செய்ய முடியும்.' இதுதானே சரியான பதில்? ஆனால் லிங்கன் தமது சுய லாபத்துக்காக, ஜனாதிபதிப் பதவியை ஒருபோதும் பயன்படுத்திக் கொண்டது கிடையாது.

லிங்கனின் மூத்த மகனான ராபர்ட், ஹார்வர்டு பல்கலைக் கழகத்தில் படித்துப் பட்டம் பெற்றவர். அவருக்கு உள்ளூர ஓர் ஆசை. 'ராணுவத்தில் சேரவேண்டும்.' நேரே லிங்கனிடம் வந்தார். விஷயத்தைச் சொன்னார்.

பெரிய பெரிய தலைவர்களெல்லாம் தங்களது வாரிசுகளை அரி யாசனத்தில் அமர்த்தி அழகுபார்த்துக் கொண்டிருப்பதை நாம் பார்த்திருக்கிறோம். லிங்கன் நினைத்திருந்தால் ராபர்ட்டை அமெரிக்க யூனியன் படைக்குத் தலைமைத் தளபதியாகவே ஆக்கியிருக்க முடியும். லிங்கன் அப்படிச் செய்யவில்லை.

'பார்க்கலாம்' என்றார். ராபர்ட் போனதும், தளபதி கிராண்டுக்கு ஒரு கடிதம் எழுதினார்.

'என் மகன் ராணுவத்தில் சேர்ந்து சேவை செய்ய விரும்புகிறான். என்னை ஜனாதிபதியாக நினைத்துக் கொள்ளாமல், ஒரு நண்ப னாக நினைத்து ஓர் உதவி செய்யுங்கள். மற்ற அதிகாரிகளுக்கு எந்தப் பாதகமும் இல்லாமல், ராணுவத்தில் அவனுக்கு ஏற்ற வேலை ஏதாவது இருந்தால் அவனுக்குத் தரும்படிக் கேட்டுக் கொள்கிறேன்.'

லிங்கனின் படைகள் தொடர்ந்து வெற்றிபெற்றுக் கொண்டிருந் தன. தாக்குதலைத் தாக்குப் பிடிக்க முடியாமல் பீட்டர்ஸ்பர்க் (Petersburg) நகரைவிட்டு லீயின் தென்னகக் கூட்டுப் படைகள் இரவோடு இரவாக ஓடின. தென்னகக் கூட்டுப் படைகளின்

முக்கியமான நகரமாகக் கருதப்பட்ட ரிச்மாண்ட் நகரம், அமெரிக்க யூனியன் படைகளின் வசமானது.

இறுதியாக 1865, ஏப்ரல் 9-ம் தேதிக் காலை, லீயின் படைகள் சுற்றி வளைக்கப்பட்டன. வேறு வழியே இல்லாமல் லீ சரணடைந் தார். வர்ஜீனியாவில் உள்ள ஒரு சிறிய கிராமத்தில், அப்பொ மெட்டாக்ஸ் (Appomattox Court House) என்ற இடத்தில் லீ, கிராண்டிடம் சரணடைந்தார். அதோடு நான்காண்டு காலமாக நடந்து வந்த அமெரிக்க உள்நாட்டுப் போர் ஒரு முடிவுக்கு வந்தது.

போரில் இழப்பு பயங்கரமாக இருந்தது. நான்காண்டுகாலப் போரில் அமெரிக்க யூனியன் படையில் 3,60,000 பேர் இறந்து போயிருந்தார்கள், 275,200 பேர் படுகாயமடைந்திருந்தார்கள். தென்பகுதிக் கூட்டுப் படையில் 2,58,000 பேர் இறந்துபோயிருந் தார்கள். 1,37,000 பேர் காயமடைந்திருந்தார்கள்.

போரில் வெற்றிபெற்றுவிட்டாகிவிட்டது. இனி என்ன? தென் பகுதி அடிமை முதலாளிகளின் பண்ணைகளைப் பறிமுதல் செய்யவேண்டும். அவர்களது வாக்குரிமையைப் பறிக்க வேண்டும்... இப்படிக் கோரிக்கைகள் வலுத்தன. ஆனால், அவற்றுக்கெல்லாம் செவி சாய்க்கவில்லை லிங்கன்.

'தென் மாநிலங்கள் நம்மை விட்டுப் பிரிந்து இருந்ததாகவே நாம் நினைக்க வேண்டாம். அவர்களுடன் கை குலுக்குவோம். அந்த மாநிலங்கள், அமெரிக்க யூனியனுடன் எதிர்காலத்தில் நல்ல உறவை ஏற்படுத்திக் கொள்ள நாம் ஒன்றுபடுவோம்' என்று அறைகூவல் விடுத்தார் லிங்கன்.

ஓரங்க நாடகத்தின் விடுபட்ட காட்சிகள்

உள்நாட்டுப் போர் நடந்துகொண்டிருந்த சமயம். அன்னா என்ற பெண், லிங்கனைப் பார்க்க வந்திருந்தார்.

அன்னாவின் கணவர் கிங். அமெரிக்க யூனியன் ராணுவத்தில் வேலை பார்த்தவர். ஒரு நாள் சொல்லாமல் கொள்ளாமல் ராணுவத்தைவிட்டு ஓடி வந்ததற்காக, ராணுவ நீதிமன்றம் அவருக்கு மரண தண்டனை விதித்திருந்தது. செய்தியைக் கேட்டு துடித்துப் போன அன்னா, எங்கெங்கோ ஓடினார். யார் யாரையோ பார்த்தார். ஒன்றும் நடக்கவில்லை. எல்லோருமே அவருடைய கணவரைக் காப்பாற்ற முடியாது என்று கையை விரித்தார்கள்.

அந்தச் சமயத்தில் அன்னாவுக்கு உதவுவதாகச் சொன்ன ஒருவனும் எரிகிற கொள்ளியில் எண்ணெய் ஊற்றினான்.

'முந்நூறு டாலர் கொடுங்க. உங்க கணவருக்கு மரண தண்டனை இல்லாம செஞ்சுடலாம். மன்னிப்பு வாங்கிக் கொடுத்துடலாம்.'

இப்படி படு ஓபனாக லஞ்சம் கேட்கப்பட்டதும் திகைத்துப் போனார் அன்னா. நீதிகேட்டு அவர் நடந்த அந்த நெடிய பயணத்தில், அவர் கடைசியாகத் தட்டிய கதவு, ஜனாதிபதி ஆபிரஹாம் லிங்கனின் வெள்ளை மாளிகைக் கதவு.

லிங்கன், அன்னா சொன்னதையெல்லாம் பொறுமையாகக் கேட்டார். அந்தப் பெண்ணுக்கு ஆறுதல் சொன்னார்.

பொட்டொமெக் ராணுவத்தின் தளபதி மீடுக்கு அன்றைக்கே ஒரு கடிதம் எழுதினார்.

'கிங் என்பவருக்குக் கொடுக்கப்பட்ட மரண தண்டனையை நிறுத்தி வையுங்கள்.'

அத்தோடு, கிங்கின் மரண தண்டனையை ரத்து செய்தார். கிங்கை போர் முனைக்குச் சண்டைபோட அனுப்பிவைத்தார்.

அந்தக் காலத்தில், அமெரிக்காவில் ராணுவத்திலிருந்து ஓடி வருபவர்களுக்கு ராணுவ நீதிமன்றத்தில் மரண தண்டனை வழங்கும் வழக்கம் இருந்தது. அன்னாவின் கணவர் கிங்குக்கு மரண தண்டனையைப்போல ஒன்றல்ல, இரண்டல்ல ஆயிரக்கணக்கான பேரை மரணதண்டனையிலிருந்து காப்பாற்றிப் படையில் சேர்த்திருக்கிறார்.

லிங்கன் ஸ்பிரிங்ஃபீல்டில் இருந்தபோது, காசநோய்க்கு ஆளாகியிருந்தார். அது அவரை ஜனாதிபதியான பிறகும்கூட விடாமல் பிடித்துக்கொண்டிருந்தது. எனவே, சுத்தமான காற்றை சுவாசிப்பதற்காக மாலை நேரத்தில், தம் குதிரை வண்டியில் ஏறி உலாப் போவார் லிங்கன். அப்படிப் போகும் போது, அவர் தவறாமல் போகிற இடம் உண்டு. மருத்துவ மனை. வண்டியை மருத்துவமனை வாசலில் நிறுத்திவிட்டு, உள்ளே போவார். போரில் காயமடைந்த வீரர்களுக்கு ஆறுதல் சொல்வார். அந்த மருத்துவமனையில் தென்பகுதிப் படைகளைச் சேர்ந்த வீரர்களும் சிகிச்சை பெற்று வந்தார்கள். அவர்களுக்கும் ஆறுதல் சொல்வார் லிங்கன்.

லிங்கன் ஆரம்ப நாள்களிலிருந்து தவறாமல் கடைப்பிடித்த பழக்கம், புத்தகம் படிப்பது. இரவில் படுப்பதற்கு முன்பு கொஞ்ச நேரமாவது படிப்பார். ஜனாதிபதியாக இருந்தபோது, ஷேக்ஸ்பியரின் நூல்களை விரும்பிப் படித்தார். அதிலும் குறிப்பாக

'மேக்பெத்' நாடகத்தைத் திரும்பத் திரும்பப்படித்தார். அதே போல, ஓய்வான நேரங்களில் வரவேற்பறையில் அமர்ந்து இசை கேட்பது அவருக்கு மிகவும் பிடிக்கும்.

புத்தகம், இசை, நாடகம் இவற்றின்மீது இருந்த ஈடுபாடுகூட அவருடைய மரணத்துக்குக் காரணமாக அமைந்துவிட்டது. ஒரு நாடகத்தைப் பார்க்கப் போகும்போதுதான், அவர் சுடப் பட்டார்.

★

உள் நாட்டுப் போர் முடிவுக்கு வந்த ஐந்தாம் நாள். இந்த நூலின் ஆரம்பத்தில் பார்த்த அதே தினம். 1865, ஏப்ரல் 14. ஆபிரஹாம் லிங்கனின் ஒரு நாள் வாழ்க்கைக் குறிப்புக் கீழே கொடுக்கப் பட்டுள்ளது.

காலை 7.00 மணி

ஏழுமணிக்கு எழுந்தார் லிங்கன். அன்றைய வெள்ளிக்கிழமைப் பொழுது அழகான வசந்தகாலமாக இருந்தது. காற்றில் புத்தம் புது மலர்களின் வாசனை மிதந்து வந்தது. பொடொமெக் ஆற்றின் கரையிலிருந்த செடிகளின் பசுமை கண்ணுக்குக் குளிர்ச்சியாக இருந்தது. காலை உணவைச் சாப்பிடுவதற்கு முன்பாக, லிங்கன் தமது அலுவலகத்துக்குப் போனார். தமது மேசையின் முன் அமர்ந்து கொஞ்ச நேரம் வேலை பார்த்தார். செக்ரட்டரியை அழைக்கும் அழைப்பு மணியை அடித்தார். உதவிச் செயலாளர் ஃபிரெடரிக் சீவர்டு, லிங்கன் முன்னால் வந்து நின்றார். (ஒரு விபத்தில் சிக்கி செயலாளர் வில்லியம் சீவர்டு படுக்கையில் கிடந்தார்.) 11.00 மணிக்கு கேபினட் மீட்டிங்குக்கு ஏற்பாடு செய்யச் சொன்னார் லிங்கன். தளபதி யூலிசிஸ் கிராண்டையும் கேபினட் மீட்டிங்குக்கு வரச் சொல்லி ஒரு குறிப்பை எழுதிக் கொடுத்தார் லிங்கன்.

காலை 8.00 மணி

ஆபிரஹாம் லிங்கன் தமது காலை உணவைச் சாப்பிட்டார். பொதுவாக அவர் காலை நேரத்தில் ஒரு முட்டையும் ஒரு கப் காபியும் சாப்பிடுவார். அன்றைக்கு டைனிங் டேபிளில் மேரி டாடும், ராபர்ட்டும், டேடும் உட்கார்ந்திருந்தார்கள். அவர் களோடு அமெரிக்க யூனியன் படையில் இருந்தபோது, நடந்த

சம்பவங்களை விவரித்துக் கொண்டிருந்தார். மேரி டாட், குரோவர் தியேட்டருக்குப் போக டிக்கெட்டுகளை வைத்திருப்ப தாகவும், ஆனால், ஃபோர்ட் தியேட்டரில் நாடகம் பார்க்கத்தான் தமக்கு விருப்பம் என்றும் சொன்னார். தளபதி கிராண்டும் அவரது மனைவியும்கூட நாடகம் பார்க்க வரவிருப்பதாகச் சொன்னார். 'நீங்களும் வருகிறீர்களா?' என்று கேட்டதற்கு லிங்கன், 'பார்க்க லாம். இப்போது நான் அவசரமாக ஆபீஸுக்குப் போகவேண்டி யிருக்கிறது' என்று சொன்னார்.

காலை 9.00 மணி

அன்றையச் செய்தித் தாள்களைப் படித்தார். அன்றைய முதல் பார்வையாளரான நாடாளுமன்ற சபாநாயகர் ஸ்ச்சுய்லெர் கால்ஃபாக்ஸுடன் (Schuyler Colfax) கொஞ்ச நேரம் பேசிக் கொண்டிருந்தார்.

காலை 10.00 மணி

லிங்கனைப் பார்க்க நிறையப் பார்வையாளர்கள் வந்திருந் தார்கள். அவர்களில் ஒருவர் நியூ ஹேம்ப்ஷைரின் (New Hampshire) முன்னாள் செனட்டரான ஜான் பி. ஹேல் (John P. Hale). சமீபத்தில்தான் அவர் மந்திரியாக நியமனம் செய்யப்பட்டிருந் தார். (இவருடைய மகள் லூஸிதான், ஜான் வில்கிஸ் பூத்தின் மனைவி). பிறகு, லிங்கன் ஒரு வேலையாளை அழைத்து அன்று மாலை அவர் ஃபோர்ட் தியேட்டருக்குப் போகவேண்டும் என்றும், பாக்ஸ் கேபின் அறையை ரிசர்வ் செய்யும்படியும் சொன் னார். ஃபோர்ட் தியேட்டரின் நிர்வாகம், அன்று மாலை 'அவர் அமெரிக்கன் கஸின்' நாடகத்தைப் பார்க்கச் சிறப்பு விருந்தினர் கள் வர இருக்கிறார்கள் என்று கேள்விப்பட்டு பெருமைபட்டுக் கொண்டது.

காலை 11.00 மணி

திட்டமிட்டபடி கேபினட் கூட்டத்தைத் தொடங்கினார் லிங்கன். அமைச்சர் ஸ்டாண்டன் (Stanton) வழக்கம்போல தாமதமாக வந்தார். தளபதி கிராண்டும் மீட்டிங்குக்கு வந்திருந்தார். தென் மாநிலங்களுக்குப் பொருளாதார உதவிகளைச் செய்வதன் மூலம், வட மாநிலங்களுக்கு வேறு சில நன்மைகளைப் பெற முடியும் என்று எடுத்துச் சொன்னார் லிங்கன்.

நண்பகல் 12.00 மணி

கேபினட் மீட்டிங் தொடர்ந்து நடந்து கொண்டிருந்தது.

பிற்பகல் 1.00 மணி

சின்னச் சின்ன கருத்துவேறுபாடுகளுடன் லிங்கன் சொன்ன திட்டம், கேபினட்டில் ஏற்றுக்கொள்ளப்பட்டது. தளபதி கிராண்டிடம், லீ சரணடைந்ததை விவரிக்கச் சொல்லிக் கேட்டார் லிங்கன். அந்தச் சமயத்தில் வெள்ளை மாளிகைக்குத் துணை ஜனாதிபதி ஆண்ட்ரூ ஜான்சன் வந்திருந்தார். கேபினட் மீட்டிங் நடந்துகொண்டிருப்பதால், ஒரு நடை நடந்துவிட்டு லிங்கன் அவரைப் பார்க்கும் வரை காத்திருக்கலாம் என்று முடிவெடுத்தார்.

பிற்பகல் 2.00 மணி

கேபினட் மீட்டிங் முடிவடைந்தது. கிராண்ட் தமது நாற்காலியிலிருந்து எழுந்து, லிங்கனுக்கு அருகே வந்தார். கிராண்ட் தம்மால் ஃபோர்ட் தியேட்டருக்கு வரமுடியாது என்றும் அன்று மாலை ரயிலைப் பிடித்து, தமது குழந்தைகளைப் பார்க்கப் போவதாகச் சொன்னார். 2.20-க்கு லிங்கன் அலுவலகத்தைவிட்டு மதிய உணவுக்காக வெளியே வந்தார். பிறகு திரும்பவும் வேலையில் ஆழ்ந்துவிட்டார். சில முக்கிய ஆவணங்களைப் படித்தார். சிலவற்றில் கையெழுத்திட்டார்.

பிற்பகல் 3.00 மணி

ஆண்ட்ரூஜாக்சனும் லிங்கனும் கிட்டத்தட்ட 20 நிமிடங்கள் பேசிக்கொண்டிருந்தார்கள்.

பிறகு, முன்னாள் அடிமையாக இருந்த நான்ஸி புஷ்ராட் (Nancy Bushrod) என்பவரைச் சந்தித்துப் பேசிக்கொண்டிருந்தார். அவருடைய கணவர் அமெரிக்க யூனியன் படையில் பணியாற்றியவர். அவர் சில சம்பளப் பத்திரங்களைத் தொலைத்துவிட்டிருந்தார். இந்த விஷயத்தை உடனே கவனிப்பதாக வாக்குக் கொடுத்தார் லிங்கன்.

மாலை 4.00 மணி

அன்றைய அலுவலகப்பணிகளை முடித்துக் கொண்டார் லிங்கன்.

மாலை 5.00 மணி

லிங்கனும் மேரி டாடும் வெள்ளை மாளிகையைவிட்டு வெளியே வந்தார்கள். வாசலில் ஆயுதம் தரித்த ஒரு காவலாளி நின்று கொண்டிருந்தார். அவர் லிங்கனைப் பார்த்ததும் உற்சாகமாகிப் போனார். 'லிங்கன் மட்டும் என் கையைப் பிடிச்சுக் குலுக்கி னார்னா, நான் என்னோட இன்னொரு கையை வெட்டிக் கொடுக்கக்கூடத் தயாரா இருக்கேன்' அவன் முணுமுணுத்தது லிங்கனின் காதில் விழுந்தது. லிங்கன் அவனருகே வந்து, அவன் கையைப் பிடித்துக் குலுக்கினார். வந்து நின்ற கோச் வண்டியில் லிங்கனும் மேரி டாடும் ஏறிக் கொண்டார்கள். கோச்வண்டி கடற்படைக்குச் சொந்தமான ஒரு கட்டடத்தின் முன்னால் வந்து நின்றது. லிங்கன் கொஞ்ச நேரம் அதன் வாசலில் உலாவினார். பிறகு அவர் கோச் வண்டியில் ஏறிக்கொள்ள வண்டி வெள்ளை மாளிகையை நோக்கித் திரும்பியது.

மாலை 6.00 மணி

கோச் வண்டி வெள்ளை மாளிகைக்குள் நுழைந்தது. இல்லி னாய்ஸிலிருந்து லிங்கனைப் பார்க்க இரண்டு பழைய நண்பர்கள் வந்திருந்தார்கள். லிங்கன் அவர்களை தமது ஆபீஸுக்கு அழைத்துக்கொண்டு போய், பழைய நாள்களைப் பற்றிப் பேசிக் கொண்டிருந்தார்கள். லிங்கனின் இரவு உணவு தயாராக இருப்பதாகச் செய்தி வந்ததும், அவருடைய நண்பர்கள் விடை பெற்றுக் கொண்டு போனார்கள். லிங்கன் குடும்பத்தோடு அமர்ந்து இரவு உணவைச் சாப்பிட்டார். மேரி டாட், அன்று இரவு நாடகம் பார்க்க வருவதற்கு மேஜர் ஹென்றி ராத்போனும் (Henry Rathbone) கிளாரா ஹாரிஸும் (Clara Harris) வருவதற்கு ஒப்புக்கொண்ட தகவலைச் சொன்னார். இருவரும் தம்பதிகள். அவர்களை லிங்கன் போகிற வழியில் வண்டியில் ஏற்றிக் கொள்ளவேண்டும்.

இரவு 7.00 மணி

லிங்கனின் பாதுகாவலர் வில்லியம் ஹெச். க்ரூக் (William H. Crook) டியூட்டி முடிந்து விடைபெறும் நேரம் வந்தது. அவரை மாற்று வதற்கு பாதுகாவலர் ஜான் எஃப் பார்க்கர் (John F. Parker) டியூட்டிக்கு வந்திருந்தார். க்ரூக், லிங்கனிடம் விடைபெற்றார். 'குட் நைட் பிரஸிடெண்ட்.' எப்போதும் பதிலுக்கு 'குட் நைட் க்ரூக்' என்று சொல்லும் லிங்கன், அன்றைக்கு முதல் முறையாக

'குட்பை க்ரூக்' என்று சொன்னார். நாடாளுமன்ற சபாநாயகர் அன்றைக்கு இரண்டாவது முறையாக லிங்கனைப் பார்க்க வந்திருந்தார். இருவரும் கொஞ்ச நேரம் முக்கிய விஷயங் களைப்பற்றிப் பேசிக்கொண்டிருந்தார்கள். அவர் போனதும், 7.50-க்கு, முன்னாள் காங்கிரஸ் உறுப்பினரான ஜார்ஜ் ஆஷ்மன் (George Ashmun) அப்பாயிண்ட்மெண்ட் எதுவும் வாங்காமல் அங்கு வந்திருந்தார். இருந்தாலும் வேறு வழியில்லாமல் அவரை அழைத்துப் பேசினார் லிங்கன்.

இரவு 8.00 மணி

ஆஷ்மனோடு நடந்த பேச்சுவார்த்தை முடியாததால், அவரை மறுபடியும் காலையில் வந்து பார்க்கச்சொன்னார் லிங்கன். அவர் போனதும், பாதுகாவலருக்கு ஒரு குறிப்பை எழுதி வைத்தார். 'நாளைக் காலையில் வரும் திரு. ஆஷ்மனும் அவருடைய நண்ப ரும் வருவார்கள். அவர்களை அனுமதிக்கவும். ஏ. லிங்கன். ஏப்ரல் 14, 1865.' லிங்கன் கடைசியாக எழுதிய குறிப்பு இதுதான். பிறகு, லிங்கனும் மேரிடாடும் வெளி வாசலுக்கு வந்தார்கள். ஆபிரஹாம் லிங்கன் கறுப்பு கோட்டும், வெள்ளை கிளவுஸும் அணிந்திருந் தார். பனி பெய்துகொண்டிருந்தது. ஃபோர்ட் தியேட்டருக்குப் போகும்வழியில், கோச் வண்டியை நிறுத்தி ஹென்றி ராத்போனை யும், கிளாரா ஹாரிஸையும் ஏற்றிக் கொண்டார்கள். வண்டியில் ஏற்கெனவே லிங்கனின் பணியாளரான சார்லஸ் ஃபோர்பஸ் அமர்ந்திருந்தார். சரியாக இரவு 8.30-க்கு கோச் வண்டி ஃபோர்ட் தியேட்டருக்குள் நுழைந்தது. அவர்கள் போனபோது நாடகம் தொடங்கிவிட்டிருந்தது. தியேட்டரின் பிரதான வாசலில் இருந்த காவலர், வந்திருந்த சிறப்பு விருந்தினர்களை வரவேற்றார். ஜான் பார்க்கர் (John Parker) என்பவர் லிங்கனுக்கும் உடன் வந்திருந்தவர் களுக்கும் வழிகாட்டி, மேலே இருந்த தனி கேபினுக்கு அழைத்துப் போனார். லிங்கன் வந்ததும் நாடகம் ஒரு கணம் அப்படியே நிறுத்தப்பட்டது. 'தலைவர் வாழ்க!' என்ற கோஷம் ஒலித்தது. பார்வையாளர்கள் எல்லோரும் எழுந்து கைதட்டினார்கள். லிங்கன் தமது இருக்கையில் அமர்ந்ததும். 'அவர் அமெரிக்கன் கஸின்' நாடகம் தொடர்ந்தது.

இரவு 9.00 மணி

அன்றைக்கு அந்த நாடக அரங்கில் ஆயிரத்துக்கும் மேற்பட்ட வர்கள் கூடியிருந்தார்கள். ஒரு கணத்தில் ஆபிரஹாம் லிங்கனுக்கு

குளிர் அதிகமாகத் தெரிந்ததால், கோட்டை எடுத்துப் போட்டுக் கொண்டார். இடைவேளையின்போது, ஜனாதிபதியின் பாது காவலர் ஜான் பார்க்கர் தியேட்டரைவிட்டு வெளியே வந்து, பக்கத்துக் கட்டடமான டால்டவுல்ஸ் ஸ்டார் சலூனில் (Taltavul's Star Saloon) குடிப்பதற்காகப் போனார். நாடகத்தின் மூன்றாவது பகுதி ஆரம்பமாகும்வரை அவர் திரும்பவில்லை.

இரவு 10.00 மணி

நாடகத்தின் மூன்றாம்பகுதி நடந்துகொண்டிருந்தது. மேரிடாட் லிங்கனுக்கு மிக நெருக்கமாக உட்கார்ந்திருந்தார். அவருடைய கைகள், லிங்கனின் கைகளுக்குள் இருந்தன. 'என் கை உங்க கைகளில் இருக்கறதைப் பாத்தா மிஸ் ஹாரிஸ் என்ன நினைப் பாங்க?' என்று கேட்டார் மேரி டாட். 'ஒண்ணும் நினைக்க மாட் டாங்க' என்றார் லிங்கன். அப்போது மணி 10.15. மேடையில் நடிகர் ஹாரி ஹாவ்க் நடித்துக் கொண்டிருந்தார். அந்த நேரத்தில் லிங்கனின் கேபினுக்குள் நுழைந்த ஜான் வில்கிஸ் பூத், துப்பாக்கி யால் லிங்கனைச் சுட்டான். லிங்கனின் இடது காதை உராய்ந்து கொண்டு பாய்ந்த துப்பாக்கிக் குண்டு, அவருடைய மூளைக்குள் 7 1/2 இன்ச்சுகள் பாய்ந்தது. பூத் 'விடுதலை' என்று கத்தினான். அவனைப் பிடிக்கப் பாய்ந்த ராத்பூனை கத்தியால் வெட்டினான். பிறகு பதினோரடி உயரத்திலிருந்த அந்தக் கேபினிலிருந்து மேடையில் குதித்தான். அப்படிக்குதித்ததில் அவனுடைய இடது கால் எலும்பு உடைந்துபோனது. பிறகு தியேட்டரைவிட்டு வெளியே வந்து குதிரையில் ஏறித் தப்பித்தான். லிங்கனின் தலை சாய்ந்தது. மேரி டாட் அலறினார்.

விடுபட்ட சில குறிப்புகள்

ஜான் வில்கிஸ் பூத், லிங்கனை ஏன் கொன்றான்?

பூத், தென்மாநில விசுவாசி. லிங்கன் இரண்டாவது முறையாகப் பதவியேற்றதைக்கூட தெற்குமாநிலத்தைச் சேர்ந்தவர்கள் ஜீரணித்துக்கொண்டார்கள். கறுப்பின மக்களுக்கு விடுதலை கொடுத்ததைத்தான் அவர்களால் தாங்க முடியவில்லை. அந்தக் காரணத்தை முன்னிட்டுதான் உள்நாட்டுப் போரே வெடித் திருந்தது. அப்போதிலிருந்தே பூத்தும் அவனுடைய சகாக்களும் லிங்கனையும் அவருடைய அமைச்சரவைத் தோழர்களையும் தீர்த்துக்கட்ட சமயம் பார்த்துக் கொண்டிருந்தார்கள். அவர் களுடைய லிஸ்ட்டில் முதலில் இருந்த பெயர் ஆபிரஹாம்

லிங்கன். அடுத்த பெயர் துணை ஜனாதிபதி ஆண்ட்ரூ ஜான்சன். மூன்றாவது பெயர் தளபதி கிராண்ட். நான்காவது பெயர் உள் துறை செயலாளர் வில்லியம் சீவர்ட். இது ஒரு கருத்து.

இன்னொரு கருத்து என்ன சொல்கிறது என்றால், பூத்துக்கு முதலில் லிங்கனைக் கொல்ல வேண்டும் என்ற யோசனை இல்லை. அவரைக் கடத்திக் கொண்டுபோய், பிணைக்கைதியாக வைத்துக் கொண்டு, அமெரிக்க யூனியனில் சிறையிலிருந்த தென்னகக்கூட்டுப் படை வீரர்களை விடுவிக்கவேண்டும் என்பதே அவனுடைய எண்ணம். ஆனால் அது நடக்காத தால்தான், லிங்கனைக் கொலை செய்தான்.

லிங்கன் சுடப்பட்ட அதேசமயத்தில் சீவர்டும் கத்தியால் குத்தப் பட்டார். அவருடைய மகன்கள் ஃபிரெடரிக் மற்றும் அகஸ்டஸ் இருவரும்கூடத் தாக்குதலுக்கு ஆளானார்கள். மற்றபடி ஒன்றும் நடக்கவில்லை. அடுத்த நாள் காலை பூத்தின் கூட்டாளிகள் அட்ஸரேட்டும் பைனேவும் பிடிபட்டனர். ஏப்ரல் 26-ம் தேதி வடக்கு வர்ஜீனியாவில் ஒரு பண்ணையில் வைத்து, பூத் காவலர்களால் சுட்டுக் கொல்லப்பட்டான்.

★

லிங்கன் சுடப்பட்டதும் அவரைப் பரிசோதிக்க முதலில் வந்த டாக்டர் சார்லஸ் லீல் (Charles Leal). 'காயம் ஆழமாக இருக்கிறது. அவரைக் காப்பாற்றுவது கடினம்' என்றார். இந்தச் சூழ்நிலை யில், வெகுதூரம் கொண்டுபோனால் லிங்கனின் உடல்நிலை தாங்காது என்பதால், அவரை எதிரிலிருந்த பீட்டர்ஸன் ஹவுஸுக்குக் (Peterson House) கொண்டுபோனார்கள்.

வில்லியம் டி. கிளார்க் (William T. Clark) என்பவரால் வாடகைக்கு விடப்பட்ட ஓர் அறையிலிருந்த படுக்கையில், லிங்கன் படுக்க வைக்கப்பட்டார். வில்லியம் ஒரு ராணுவ குமாஸ்தா. அவர் அப்போது வெளியூர் போயிருந்தார். லிங்கன் மூச்சுவிட மிகவும் சிரமப்பட்டார். அவருடைய உடல் குளிர்ந்து போயிருந்தது.

வாஷிங்டனிலிருந்த முக்கியமான டாக்டர்கள் உதவிக்கு அழைக்கப்பட்டார்கள். வெளியே கொஞ்சம்கொஞ்சமாகக் கூட்டம் கூட ஆரம்பித்திருந்தது. சாதாரண மனிதன் இப்படிக் குண்டடிபட்டிருந்தால், அவனால் இரண்டு மணி நேரம்கூடத் தாக்குப் பிடித்திருக்க முடியாது. ஆனால், லிங்கன் ஒன்பது மணி

நேரங்கள் உயிரோடு இருந்தார். அடுத்த நாள் காலை, 1865, ஏப்ரல் 15-ம் தேதி, காலை 7.22-க்கு லிங்கன் மரணமடைந்தார்.

லிங்கன் விஷயத்தில் நம்பமுடியாத ஒரு விஷயம், லிங்கன் எந்தப் படுக்கையில் மரணமடைந்தாரோ அதே படுக்கையில் பூத் ஒரு மாதத்துக்கு முன்பாக ஓய்வெடுத்திருந்தான். 1865, மார்ச்சில் அந்த அறை சார்லஸ் வார்விக் (Charles Warwick) என்பவரால் வாடகைக்கு விடப்பட்டது. சார்லஸ் வார்விக் ஒரு நாடக நடிகர். ஒரு நாள் பூத், சார்லஸைப் பார்க்க வந்திருந்தான். அன்றைக்கு அந்தப் படுக்கையில் படுத்து நன்றாக உறங்கினான்.

லிங்கனின் உடலை அவரது சொந்த ஊரான ஸ்பிரிங்ஃபீல்டில் அடக்கம் செய்வது என்று முடிவு செய்யப்பட்டது. நான்காண்டு களுக்கு முன்பாக, எந்த ரயிலில் வாஷிங்டனுக்குப் பதவியேற்க வந்தாரோ, அதே பாதைவழியாக, ரயிலில் லிங்கனின் உடல் கொண்டுபோகப்பட்டு, அடக்கம் செய்யப்பட்டது.

லிங்கன் இறந்தத் தகவல் தெரிந்ததும் லிங்கனின் சித்தி சொன் னார். 'அவர்கள் அவனைக் கொன்றுவிடுவார்கள் என்று எனக்குத் தெரியும்.'

அமைச்சர் ஸ்டாண்டன் சொன்னார்: 'அவர் வரலாறாகி விட்டார்.'

பின்னிணைப்பு-1

1. ஆபிரஹாம் லிங்கன் வாழ்க்கையில் சில முக்கிய நிகழ்வுகள்

1809	பிப்ரவரி 12-ம் தேதி, அமெரிக்காவில் இருக்கும் கென்டகி மாநிலத்தில், ஹார்டின் (தற்போது லா ரூ கவுண்ட்டி (La Rue County) என்று அழைக்கப்படும் இடத்தில் ஆபிரஹாம் லிங்கன் பிறந்தார்.
1816	லிங்கனின் குடும்பம் இண்டியானாவில் இருக்கும் பெர்ரி கவுண்ட்டிக்கு (Perry County) இடம் பெயர்ந்தது.
1818	ஆபிரஹாம் லிங்கனின் தாய் நான்ஸி ஹேங்க்ஸ் மரணமடைந்தார்.
1819	டிசம்பர் 2-ம் தேதி, தாமஸ் லிங்கன், கென்டகியில் இருக்கும் எலிஸபெத் டவுனில் இரண்டாவது திருமணம் செய்துகொண்டார்.
1830	லிங்கன் குடும்பம் இல்லினாய்ஸுக்கு இடம் பெயர்ந்தது
1831	ஆபிரஹாம் நியூ சேலம் நகருக்குப் போய்ச்சேர்ந்தார்.
1832	பிளாக் ஹாவ்க் போரில் கேப்டனாகப் பணியாற்றினார்.
1835	ஆன் ரட்லெட்ஜுடன் காதல்
1836	சட்டமன்ற உறுப்பினர் தேர்தல். இரண்டாவது முறையாகப் போட்டி, தேர்ந்தெடுக்கப்படுதல்.

1837	வழக்கறிஞர் தொழிலுக்கு அங்கீகாரம் (Licence)
1838	சட்டமன்ற உறுப்பினர் தேர்தல். மூன்றாவது முறையாகப் போட்டி. தேர்ந்தெடுக்கப்படுதல்.
1840	நான்காவது முறையாகச் சட்டமன்ற உறுப்பினராகத் தேர்ந்தெடுக்கப்பட்டார்.
1842	மேரி டாடை மணம் செய்து கொண்டார்.
1843	ஆகஸ்ட், 1. ராபர்ட் டாட் லிங்கன் பிறந்தார். (முதல் குழந்தை)
1846	அமெரிக்க காங்கிரஸுக்குத் தேர்ந்தெடுக்கப்பட்டார். மார்ச் 10-ம் தேதி, எட்வர்டு பேக்கர் லிங்கன் பிறந்தார். (இரண்டாவது குழந்தை)
1850	டிசம்பர் 2. வில்லியம் வாலஸ் லிங்கன் பிறந்தார். (மூன்றாவது குழந்தை)
1853	தாமஸ் லிங்கன் பிறந்தார். (நான்காவது குழந்தை)
1854	மிசௌரி ஒப்பந்தம் ரத்து
1858	ஸ்டீபன் டக்ளஸுடன் வாதப்போர்.
1860	ஜனாதிபதித் தேர்தலில் போட்டியிட்டு, வெற்றிபெற்றார்.
1861	பிப்ரவரி, 4. தெற்கு மாநிலங்கள் அரசு உதயமாதல்.
1861	மார்ச், 4. ஜனாதிபதியாகப் பதவிப் பிரமாணம் செய்துகொண்டார்.
1861	சம்டர் கோட்டைத் தாக்குதல். உள்நாட்டுப் போர் தொடக்கம்.
1861	புல்ரன் முதல் போர்.
1862	புல்ரன் இரண்டாவது போர்.
1863	கட்டாய ராணுவ சேவை சட்டம்.

1864	இரண்டாவது முறையாக ஜனாதிபதியாகத் தேர்ந்தெடுக்கப்பட்டார்.
1865	ஏப்ரல், 14. ஜான் வில்கிஸ் பூத்தால் சுடப்பட்டார்.
1865	ஏப்ரல், 15. மரணமடைந்தார்.
1865	மே, 4. இல்லினாய்ஸில் இருக்கும் ஸ்பிரிங்ஃபீல்டில் அவர் உடல் அடக்கம் செய்யப்பட்டது.

பின்னிணைப்பு-2

உதவிய நூல்கள்

1. ஆப்ரகாம் லிங்கன் - இர. செங்கல்வராயன்
2. மனிதப்புனிதன் ஆப்ரஹாம் லிங்கன் - அப்துற்-றஹீம்
3. டாலர் தேசம் - பா.ராகவன்
4. Life of Abraham Lincoln, by J. G. Holland
5. The pioneer boy, and how he became president, William M. Thayer
6. The life and public services of Hon. Abraham Lincoln, of Illinois, and Hon. Hannibal Hamlin, of Maine, Ann Arbor, Michigan: University of Michigan Library, 2005
7. The life of Abraham Lincoln; from his birth to his inauguration as president. By Ward H. Lamon.
8. The Project Gutenberg Etext of Lincoln's Yarns and Stories by Colonel Alexander K. McClure
9. Life of Abraham Lincoln, by John Hugh Bowers
10. Abraham Lincoln: A History V1 by John G. Nicolay and John Hay
11. Four Great Americans: Washington, Franklin, Webster, Lincoln
12. A Book for Young Americans - James Baldwin

இணையத் தளங்கள்

<http://www.apples4theteacher.com/holidays/presidents-day/abraham-lincoln/short-stories/index.html>

<http://www.rickwalton.com/lincoln/lincoln.htm>

<http://infomotions.com/>Abe Lincoln Gets His Chance / Cavanah, Frances,

<http://www.bibliomania.com/2/9/79/127/21522/1/frameset.html>

<http://members.aol.com/RVSNorton/Lincoln18.html>

<http://lincoln.lib.niu.edu/debates.html>

<http://infomotions.com/>The Lincoln Story Book / Williams, Henry Llewellyn

<http://en.wikipedia.org/wiki/Abraham_Lincoln>

<http://www.pbs.org/wgbh/aia/part4/4h2933.html>

<http://library.wustl.edu/vlib/dredscott/>

<http://en.wikipedia.org/wiki/Dred_Scott_v._Sandford>

<http://www.historyplace.com/lincoln/dred.htm>

வாழ்க்கையும் போராட்டமும்

ஹோ சி மின்: ஒரு போராளியின் கதை
என். ராமகிருஷ்ணன்
ISBN 978-81-8368-397-5
விலை ரூ.70

முகமது யூனுஸ்
மருதன்
ISBN 978-81-8368-329-6
விலை ரூ.70

கறுப்பு வெள்ளை
மார்ட்டின் லூதரின் மகத்தான வாழ்க்கை
பாலு சத்யா
ISBN 978-81-8368-356-2
விலை ரூ.60

ஹியூகோ சாவேஸ்: மோதிப் பார்!
மருதன்
ISBN 978-81-8368-229-9
விலை ரூ.60

வாத்து, எலி, வால்ட் டிஸ்னி
என். சொக்கன்
ISBN   978-81-8368-189-6
விலை ரூ.80

ஹிட்லர்
பா. ராகவன்
ISBN   978-81-8368-249-7
விலை ரூ.80

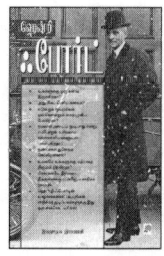

ஹென்றி ஃபோர்ட்: ஒரு கார் ஒரு ஊர் ஒரு பேர்
இலந்தை சு. இராமசாமி
ISBN   978-81-8368-242-8
விலை ரூ.90

இராக் ப்ளஸ் சதாம் மைனஸ் சதாம்
பா. ராகவன்
ISBN   978-81-8368-198-8
விலை ரூ.100